विचारांचे चांदणे

लेख संग्रह

D9900280

यशोेंद्र क्षीरसागर

ADHYAYA
BOOK'S HOUSE

Published by
ADHYAYA BOOKS HOUSE,
International Youth Club H-294, Plot 2A, First floor, Kehar Singh Estate,
Saidulajab, Lane No.2 Saket, New Delhi - 110030
Ph : +91 72762 00890
E-mail : adhyaya.bks@gmail.com

Edition : 2021

ISBN : 9788195387014

Published by Adhyaya Books House LLP.

श्री. यशेंद्र क्षीरसागर: हे सातारा जिल्हा परिषद अंतर्गत सांख्यिकी विस्तार अधिकारी पदावर कार्यरत असून लेखन, वाचन, प्रबोधन यांची त्यांना मूलभूत आवड आहे. प्रस्तुत लेखसंग्रहात त्यांनी अनेक विषय हाताळले आहेत. कवी, लेखक, वक्ता, विद्यार्थी मार्गदर्शक, सूत्रसंचालक, चित्रपट समीक्षक अशी त्यांची चौफेर ओळख आहे .समाजातील विविध समस्यांचा अभ्यास करून प्रबोधन करणे, विद्यार्थ्यांना मार्गदर्शन करणे तसेच संत, समाजसेवक, समाजसुधारक यांच्या विचारांचा प्रसार आपल्या लेखनाद्वारा करणे आणि मराठी भाषेला जास्तीत जास्त प्रतिष्ठा प्राप्त करून देणे, या गोष्टींसाठी त्यांनी जीवन समर्पित केले आहे. त्यांनी '**मनातली वादळे**' आणि "**भारतीय संस्कृती**" ही दोन कवितांची पुस्तके लिहिली आहेत. त्यापैकी भारतीय संस्कृती हे पुस्तक म्हणजे त्यांची भारतीय संस्कृती या विषयावरील ३०६८ ओळींची कविता असून या कवितेचा विक्रम "**लिम्का बुक ऑफ रेकॉर्ड**" मध्ये नोंद करण्यात आला आहे. सलग २५ तास स्पर्धा परीक्षा विद्यार्थ्यांना अध्यापन करण्याचा जागतिक विक्रम त्यांच्या नावावर आहे. या विक्रमाची नोंद "**गोल्डन बुक ऑफ वर्ल्ड रेकॉर्डस्**" मध्ये झाली आहे. "भारतीय संस्कृती" या पुस्तकातून संस्कृतीचे अनेक पैलू उलगडण्याचा त्यांनी प्रयत्न केला आहे. प्रथा-परंपरा, समाज या सर्वांची सांगड घालून भारतीय संस्कृतीचे पावित्र्य समोर ठेवण्याचा हा प्रयत्न आहे. लेखकाने या अगोदर "**मनातली वादळे**" हा कवितासंग्रह देखील लिहिला आहे. या काव्यसंग्रहास राज्यस्तरीय पुरस्कार प्राप्त झाला आहे. "**प्रभाकर सामान्यज्ञान दिनदर्शिका**" हा उपक्रम ; त्यांनी विद्यार्थ्यांमध्ये जनरल नॉलेजचे प्रसारासाठी दोन हजार बावीस पासून सुरू केला आहे. त्या अंतर्गत त्यांनी पहिले कॅलेंडर प्रकाशित केले आहे. त्याला मोठा प्रतिसाद मिळाला. वात्रटिका, या वेगळ्या आणि अवघड काव्य प्रकारात देखील त्यांचा हातखंडा आहे .मनोरंजक पद्धतीने संदेश पोचवणे आणि काही ओळीतच तो मनावर ठसवणे, सद्यस्थितीवर मार्मिक भाष्य करणे हे वात्रटिका या काव्यप्रकाराचे वैशिष्ट्य त्यांनी जपले आहे. दैनिक सकाळ वर्तमानपत्राच्या साप्ताहिक "**सप्तरंग**" पुरवणीतुन राज्यस्तरावर त्यांचे सदर प्रकाशित झाले आहे. अनेक वर्तमानपत्रे, साप्ताहिके या मधून प्रसंगपरत्वे लेख, कविता, निबंध प्रसिद्ध

झाले आहेत. बीएस्सी ॲग्री, बी. ए .आणि एम. ए. (मराठी) प्रथम श्रेणीत उत्तीर्ण झाल्यानंतर मराठी विषयातून प्राध्यापक पदासाठीची देशपातळीवरील नेट परीक्षा आणि राज्य पातळीवरील सेट परीक्षा प्रत्येकी दोन वेळा त्यांनी उत्तीर्ण केल्या आहेत. पत्रकारिता विषयातून बॅचलर ऑफ जर्नालिझम आणि मास्टर ऑफ जर्नालिझम या पदव्या त्यांनी प्रथम श्रेणी मध्ये प्राप्त केल्या आहेत. "बॅचलर ऑफ एज्युकेशन" म्हणजेच बी. एड. ही शिक्षणशास्त्रातील पदवी देखील त्यांनी शिवाजी विद्यापीठातील गुणवत्ता यादीतील क्रमांकासह प्राप्त केली आहे. अशा कित्येक पदव्या शैक्षणिक प्रेमापोटी आणि ज्ञानलालसा असल्यामुळे त्यांनी प्राप्त केल्या आहेत. " मराठी कादंबरीतील उत्तर आधुनिकता " या विषयावर त्यांची विद्यावाचास्पती म्हणजेच पीएच. डी. पदवीची तयारी चालू आहे. " संस्कृती कला मंच" या संस्थेच्या माध्यमातून अनेक सामाजिक उपक्रम राबवित असतात. विविध प्रकारच्या स्पर्धा प्रवेश फी न घेता आयोजित करणे हा त्यांच्या आवडीचा भाग आहे. काव्यवाचन स्पर्धा ,काव्यलेखन स्पर्धा, निबंध स्पर्धा अशा प्रकारच्या स्पर्धांमधून त्यांनी बालपणापासून अनेक बक्षिसे पटकावली आहेत. "ग्रंथमित्र शिवाजीराव चव्हाण संशोधन पुरस्कार " हा महाराष्ट्रातील महत्त्वाचा पुरस्कार त्यांना प्राप्त झाला आहे .विविध प्रकारचे व्याख्यानातून त्यांनी प्रबोधन केले आहे. तसेच स्पर्धा परीक्षा विद्यार्थ्यांना मार्गदर्शनपर प्रेरणात्मक व्याख्याने देणे, हा देखील त्यांच्या आस्थेचा विषय आहे. विविध स्पर्धा परीक्षा केंद्रातून त्यांनी अनेक वर्षे अध्यापन केले आहे. तसेच मागणीनुसार आणि विद्यार्थ्यांचे इच्छेनुसार ते मोफत मार्गदर्शन कायम करीत असतात. त्या क्षेत्रात विद्यार्थीप्रिय शिक्षक अशी त्यांची ओळख आहे. भारतातील चित्रपटांचा अभ्यास त्यांना प्रिय असून ते उत्कृष्ट चित्रपट समीक्षक देखील आहेत. त्यांची अनेक समीक्षणे वर्तमानपत्रात प्रसिद्ध झाली आहेत.

Limca
Book of Records

National Record

Yashendra Kshirsagar from Maharashtra published his third Marathi poetry book titled *Bharatiya Sanskruti* by the Kavita Sagar Publication, Jaysingpur, District Kolhapur, Maharashtra, on 31 March 2017. This book consists of a poem of 3,068 lines, making it the longest poem in Marathi.

Vatsala

Vatsala Kaul Banerjee
Editor, *Limca Book of Records*

Date of Issue: December 2017
(LBR 2018)

मराठी भाषेतील **"भारतीय संस्कृती"** या विषयावरील ३०६८ ओळींची दीर्घकविता लिहिण्याचा विक्रम केल्याबद्दल श्री. क्षीरसागर यांना लिमका बुक ऑफ रेकॉर्ड्स कडून प्राप्त झालेले चे प्रमाणपत्र आहे.

अनुक्रमणिका

लोकमान्य टिळक, अण्णा भाऊ साठे: महान भारतपुत्र

महान स्वातंत्र्यसेनानी, समाजसुधारक लोकमान्य टिळक आणि साहित्यरत्न, लोकशाहीर अण्णा भाऊ साठे यांना मनःपूर्वक नमन

अण्णा भाऊ साठे आणि लोकमान्य टिळक: दोघांचेही स्थान आणि वैचारिक प्रगल्भता आजही आपल्याला मार्गदर्शक आहे. या दोन्ही महान व्यक्तिमत्त्वांचा आपण थोडक्यात परिचय करून घेणार आहोत. लोकमान्य टिळकांचे विचार अत्यंत प्रेरणादायी होते माणूस स्वभावाने कितीही चांगला असला तरी शिक्षणाने त्याचा विकास झाल्याशिवाय देशाची उन्नती होऊ शकत नाही, असा त्यांचा विचार होता. येथे शिक्षणाचे महत्त्व अधोरेखित होते. मानवता हा भारताचा आत्मा आहे. परंतु; शिक्षण हे खूप महत्त्वाचे आहे हे त्यांनी जाणले होते. शिक्षण विषयक लोकमान्य टिळकांचे असेच सुंदर विचार होते. ११ नोव्हेंबर रोजी भारताचे पहिले शिक्षणमंत्री मौलाना अबुल कलाम आझाद यांच्या जयंतीनिमित्त

आपण शिक्षण दिन साजरा करत आहोत. त्या पार्श्वभूमीवर हा विषय हा विचार महत्त्वाचा आहे. विशेष म्हणजे भारतीय राज्यघटना जेव्हा आपण पाहतो तेव्हा त्यामध्ये ११ राष्ट्रीय कर्तव्य दिली आहेत त्यामध्ये माणसाने स्वतःच्या व्यक्तिमत्वाचा विकास करावा.त्यायोगे देशाची उन्नती साधावी असे म्हटले आहे.याचा अर्थ स्वतःचा विकास आणि उन्नती करण्यासाठी शिक्षण खूप महत्त्वाचे आहे. त्या अनुषंगाने देखील लोकमान्य टिळकांचा शिक्षण विषयक विचार अत्यंत महत्त्वाचा आणि मूलभूत ठरतो. विपरीत परिस्थितीत संकट आणि अपयशाला घाबरू नका. संकट आणि अपयश तुमच्या मार्गात येतच राहणार आहेत. हा देखील लोकमान्य टिळक यांचा विचार महत्त्वाचा आहे. सद्यस्थितीत एकविसाव्या शतकात पर्यावरण, प्रदूषण, भ्रष्टाचार, गुन्हेगारी, व्यसनाधीनता अशी अनेक संकटे आपल्यासमोर आहेत. या परिस्थितीत आपण धैर्याने सामोरे गेले पाहिजे सध्या कोरोना नावाच्या विषाणूने ग्रस्त केले आहे परंतु त्यावर आपण मात करीत आहोत या पार्श्वभूमीवर लोकमान्य टिळकांचा हा विचार जीवनविषयक दृष्टिकोन अधिक प्रगल्भ करणारा वाटतो. योग्य रस्ता येण्याची वाट बघू नये, आपण त्यातच वेळ वाया घालवतो रस्ते हे वाट बघण्यासाठी नसतात तर असते. हे त्यावरून चालण्यासाठी असतात हा अत्यंत सुंदर विचार लोकमान्य टिळकांनी मांडला. याचाच अर्थ असा की, संधीची वाट पाहणे तसेच कुणीतरी माझ्यासाठी काहीही करेल असा विचार करणे तरुण पिढीने किंबहुना सर्वांनीच सोडून द्यावे. जे काही सुचेल त्यावरून योग्य विचार करून पटकन चालत रहावे असे टिळक यांना म्हणावयाचे आहे हा विचार सार्वकालिक महत्त्वाचा वाटतो स्वतः लोकमान्यांनी विष्णुशास्त्री

चिपळूणकर आणि गोपाळ गणेश आगरकर यांच्या मदतीने न्यू इंग्लिश स्कूल सुरू केले केसरी मराठा वर्तमानपत्रे सुरू केली तसेच खूप चळवळी उभारल्या हे सर्व करीत असताना त्यांनी योग्य संधीची आणि रस्त्याची वाट पाहिली नाही तर चालायला सुरुवात केली आणि यशस्वी होत गेले संपूर्ण भारतासमोर आदर्श निर्माण केला आज दुःख आणि समस्यांचा विचार केला तर त्या पाठीमागे एक माणूसच असतो माणूसच माणसाला घाबरतो हे अत्यंत चुकीचे आहे लोकमान्य टिळकांनी म्हटले आहे की माणसाने माणसाला घाबरणे ही अत्यंत शरमेची बाब आहे. आज माणसाचा माणसाला आधार वाटला पाहीजे. तीव्र स्पर्धेच्या आहारी जाऊन माणूसच माणसाचा दुश्मन बनतो हे एक विदारक सत्य एकविसाव्या शतकातील आहे सहज मिळणाऱ्या गोष्टी महान असतात महान गोष्टी कधी सहज मिळत नाहीत हा विचार देखील टिळकांनी अत्यंत प्रकर्षाने मांडला होता.

महान स्वातंत्र्यसेनानी, तत्त्वज्ञ, राजकारणी, लेखक आणि संपादक लोकमान्य बाळ गंगाधर टिळक यांनी प्रखर देशप्रेम आणि अफाट बुद्धिमत्ता यांच्या जोरावर भारताच्या इतिहासात अढळ स्थान मिळवले आहे. "स्वराज्य हा माझा जन्मसिद्ध हक्क आहे आणि तो मी मिळवणारच", अशा ध्येयाने पछाडलेल्या लोकमान्यांनी महाराष्ट्रात एक वैचारिक क्रांती घडवून आणली. १८८० मध्ये न्यू इंग्लिश स्कूलची स्थापना केली. त्यानंतर तळागाळात विचार पोहोचवावेत म्हणून १८८१ मध्ये "केसरी आणि मराठा" या वर्तमानपत्रांची अत्यंत प्रतिकूल परिस्थितीत सुरुवात केली. १८८४ ला "डेक्कन एज्युकेशन सोसायटी" आणि १८८५ मध्ये "फर्ग्युसन महाविद्यालया "ची स्थापना करून शिक्षण क्षेत्रात क्रांती

केली. स्वराज्य मिळवण्यासाठी "होम रुल लीग" ची स्थापना केली. छत्रपती शिवाजी महाराज, तात्या टोपे आणि महाराणा प्रताप यांचा त्यांच्यावर प्रभाव होता. तर स्वतः राष्ट्रपिता महात्मा गांधी लोकमान्यांच्या कार्याने प्रभावित होते.वयाच्या केवळ २६ व्या वर्षी लोकमान्य टिळकांना स्वामी विवेकानंद भेटले...! त्यावेळी स्वामीजींचे वय केवळ १९ वर्ष होते. या दोन तरुणांनी प्रचंड विचारमंथन केले. ही घटना १८८२ सालातील आहे. त्यांचे विचार जुळले. त्यानंतर लोकमान्यांनी "गीतारहस्य" हा सुंदर ग्रंथ लिहिला. त्यामध्ये कर्मयोगाचे महत्त्व भगवद्गीतेच्या आधारे विशद केले. प्रचंड सहनशक्ती, त्याग, कष्ट करण्याची तयारी, ज्वलंत देशप्रेम यांचे प्रतीक म्हणजे लोकमान्य बाळ गंगाधर टिळक होते. "आम्हा घरी धन शब्दांचीच रत्ने" असे म्हणणाऱ्या तुकोबांच्या; आणि "जो जे वांछील, तो ते लाहो" अशी प्रार्थना या जगासाठी करणाऱ्या संत ज्ञानेश्वरांच्या या भूमीमध्ये अनेक सुपुत्रांनी समाजाला विचारात्मक आणि कृतीतून दिशा दाखविली. अण्णा भाऊ त्यापैकी एक मानाचे सुवर्णपान आहे. तुकाराम भाऊराव ऊर्फ शिवशाहीर अण्णा भाऊ साठे ह्यांचा जन्म १ ऑगष्ट १९२० रोजी सांगली जिल्ह्यात वाळवा तालुक्यात वाटेगाव या लहान गावात झाला.

अण्णा भाऊ साठे हे महाराष्ट्राला एक शाहीर म्हणून परिचित असले तरी कथा आणि कादंबरी हे साहित्यप्रकारही त्यांनी ताकदीने हाताळले. तांत्रिक दृष्ट्या पूर्ण निरक्षर अण्णाभाऊंनी मराठी साहित्यातील लोकवाङ्मय, कथा, नाट्य, लोकनाट्य, कादंबऱ्या, चित्रपट, पोवाडे, लावण्या, वग, गवळण, प्रवास वर्णन असे सर्वच प्रकार सशक्त व समृद्ध केले. यातून समजते की शाळेतील शिक्षणापेक्षा समाजाचे

वाचन करणे महत्त्वाचे आहे... तमाशा या कलेला लोकनाट्याची प्रतिष्ठा मिळवून देण्याचं श्रेय अण्णाभाऊंना दिले जाते. केवळ दोन दिवस औपचारिक शाळेत शिक्षण घेतलेल्या अण्णाभाऊंनी "समाजाच्या शाळेत" मात्र उच्च प्रतीचे आणि संवेदनशील शिक्षण घेतले. ऐन स्वातंत्र्ययुद्धाच्या काळात तरुण अण्णाभाऊ यांनी किती अभ्यास केला असेल आणि अपरिमीत त्याग केला असेल ;याची कल्पनाच केलेली बरी...!! प्रचंड कष्ट, दारिद्र्य आणि अपरिमित संकटे यांच्यावर त्यांनी मात केली. त्रास देणाऱ्या समाजाविषयी तक्रार केली नाही. प्रचंड निरीक्षणशक्ती आणि समाजाविषयी तळमळ या गुणांच्या जोरावर त्यांनी पस्तीस कादंबऱ्या लिहिल्या ."फकीरा" हे त्यातील एक रत्न होय...! पोवाडे, लावण्या, गीतं, पदं या काव्यप्रकारांचा त्यांनी सामान्य कष्टकरी जनतेत विचारांच्या प्रचारासाठी वापर केला. स्वातंत्र्यपूर्व आणि स्वातंत्र्यानंतरच्या काळात राजकीय प्रश्नांविषयी महाराष्ट्रात त्यांनी मोठी जागृती केली. त्यात संयुक्त महाराष्ट्र चळवळ, गोवा मुक्ती संग्राम या चळवळींमध्ये त्यांनी शाहिरीतून दिलेले योगदान महत्त्वाचे आहे. आत्ताच्या काळात उच्च शिक्षण घेणाऱ्या तरुण-तरुणी यांनी अण्णाभाऊंचे साहित्य वाचणे, त्यांचे विचार वाचणे आणि त्यानुसार वाटचाल करणे अत्यंत गरजेचे आहे. कारण; त्यांनी अशी वाटचाल केली तरच ते इतर समाजाला दिशा दाखवतील आणि इतर समाज सुद्धा समाजशील आणि संवेदनशील होईल. भ्रष्टाचार, गुन्हेगारी, व्यसनाधीनता तसेच आर्थिक प्रश्न असे अनेक समस्या आज तरुणांसमोर असताना अण्णा भाऊंचे विचार संघर्षभोवती फिरत राहतात. माणसाने संघर्ष केला पाहिजे. त्यातूनच यश मिळते.

गरिबीला, दारिद्र्याला घाबरले तर यशाचा मार्ग जास्तच कठीण होत राहतो. असे अण्णाभाऊंचे विचार होते. गुलामगिरीतून आपल्याला मार्ग काढावयाचा आहे. गुलामगिरी नष्ट करण्यासाठी सर्व बंधूंना एकत्र करणे आणि कष्ट करणे खूप महत्त्वाचे आहे.हे विचार अण्णाभाउंनी मांडले जे आज तंतोतंत गरजेचे आहेत. जयंती, पुण्यतिथी ही प्रतीकात्मक असते. आदर आणि प्रेम व्यक्त करण्याचा तो एक मार्ग असतो. परंतु; विचारधारा स्वीकारणे आणि त्यानुसार वाटचाल करण्याचा थोडासा का होईना प्रयत्न करणे, हे जागरूक आणि जिवंत नागरिकाचे लक्षण आहे.अन्यथा; महापुरुषांना सोनेरी चौकटीत कोंडून ठेवल्यासारखे होते...असे व्हायचे नसेल; तर अण्णा भाऊंचे विचार, तळमळ आणि वाटचाल यांचा अभ्यास करून आत्ताच्या समाजाने त्यानुसार वर्तन करण्याचा प्रयत्न करायला हवा. आपल्या शिक्षणाचा वापर सुशिक्षितांनी आपल्या गरीब, दीनदलित बांधवांच्या उद्धारासाठी करायला हवा. अण्णाभाऊ.... तुमचे विचार, तुमची तळमळ आणि समाजाविषयी तुमची कळकळ; आम्ही प्रत्येक वाडीत, प्रत्येक शहरात, प्रत्येक वस्तीवर शोधतोय. पेरण्याचा प्रयत्न करतोय. आम्हाला शक्ती द्या. लोकमान्य आणि अण्णा भाऊ; तुमच्या स्मृती हीच आमची खूप मोठी ताकद आहे..

अध्यापनाचा जागतिक विक्रम! एक 'श्रीमंत' अनुभव !!

सातारा येथे मी नुकताच सलग २५ तास अध्यापनाचा उपक्रम केला या उपक्रमाची नोंद गोल्डन बुक ऑफ वर्ड रेकॉर्ड्स् या जागतिक विक्रम बुकामध्ये झाली हा एक अत्यंत सुंदर आणि बोध्दीक श्रीमंती देणारा अनुभव ठरला. सातारा जिल्हा परिषदेत मी विस्तार अधिकारी (सांख्यिकी) पदावर बांधकाम विभागात सेवा करतो तथापि, शिक्षणाची व शिकविण्याची आवड स्वस्थ बस देत नाही. त्यातूनच मुळ बी. एस्सी (ॲग्री) पदवी मिळविल्यानंतर एक आवड म्हणून बी. एड. पदवी मिळविली. तदनंतर शिवाजी विद्यापीठाची परीक्षा देऊन एम ए (मराठी) तसेच बी ए (मराठी) पदव्या मिळगिल्या. तरीही अध्ययन करण्याची हौस काही भागत नव्हती. कारण नोकरीतून केवळ बे एके बे असा प्रकार चालू असतो तो काही मनाला रुचत नाही की पटत नाही. या अस्वस्थतेतून मराठी विषयातून नेट तसेच सेट परीक्षा

देऊ लागलो आणि चक्क 4 वेळा ह्या परीक्षा पास झालो. त्यानंतर बॅचलर ऑफ जनालिझम आणि मास्टर ऑफ जर्नालिझमसुध्दा केले. एक अव्दितीय समाधान लाभत होते. दरम्यान, पीएच. डी. ला देखील प्रवेश मिळाला न संशोधन सुरु झाले हे सर्व करतानाच अध्यापन देखील सुरु होतेच जिल्हा परिषदेतील नोकरी सांभाळत अध्यापन करीतच होतो. कधी शाळेत भेट दे तर कधी महाविद्यालयात परवानगी काढून विद्यार्थ्यांशी संवाद साध असा छंदच जण लागला आणि आनंद मिळत गेला.

अशी सर्व भक्कम पाश्वभूमी निर्माण होत गेली. वर्तमानपत्रात दिवाळी अंकात लेख लिहीणे सुरुच होते. मात्र खरी आवड अध्यापनाचीच! यातूनच सलग १२ तास अध्यापनाचा उपक्रम १२ डिसेंबर २०१२ (१२-१२-१२) या विशिष्ट तारखेला राबविला. त्यानंतर ३१ डिसेंबर २०१२ रोजी सलग १३ तास स्पर्धा परीक्षेच्या विद्यार्थ्यांना मार्गदर्शन केले. अगदी अलिकडे २ ऑक्टोबर २०१६ रोजी शाहूपुरी माध्यमिक विद्यालय सातारा येटो लहानग्या विद्यार्थ्यांशी सलग १० तास गांधी विचारांबाबत संवादात्मक चर्चा केली. विद्यार्थी आनंदून गेले. दरम्यान विविध शाळांमध्ये जागतिक कविता दिवस. जागतिक मराठी राजभाषा दिन अशा विशेष प्रसंगी विद्यार्थ्यांशी मनमोकळ्या गप्पा मारल्या. हे सर्व करतानाच सलग अध्यापनाचे भूत मनात रुंजी घालत होते. त्यातून अध्यापन करतानाच छान माहिती समजली. रामदेव बाबा तसेच लोकमत (औरंगाबाद) या वर्तमानपत्राची देखील विविध उपक्रमातून गोल्डन बुकमध्ये नोंद झालेले वेबसाईटकार पाहिले. मग काय, माहिती काढून चक्क सलग २४ तास अध्यापन अशा टाईटलखाली गोल्डन बुकला ऑनलाईन ॲप्लीकेशन करुन

मोकळा झालो आणि प्रवास सुरु झाला एका शिक्षकाच्या विक्रमी ध्येयवादाचा!

अमेरिकेहन एन्जेलिना रॅास या गोल्डन बकच्या उच्च अधिका-यांचा विक्रम करण्यासाठी हिरवा कंदील मिळाला. तसेच या विक्रम बकाचे आशिया खंडाचे समन्वयक डॉ.मनिब विष्णोई यांच्याशी मला जोडून देण्यात आले. या प्राध्यापक असलेल्या दिलखुलास व्यक्तिने माझ्या इच्छाशक्तीमध्ये हवा भरली. उपक्रमाला निरिक्षक बोलविण्याचे निश्चित झाले त्यानुसार इंदार (मध्यप्रदेश) येथील रजतकुमार यांच्याशी संपर्क जोडून देण्यात आला. ते देखील खूप आनंददायी व्यक्तित्व ! दरम्यान सामान्यज्ञान विबयात अध्यापन करण्याचे निश्चीत झाले डॉ. मनिब विष्णोई यांच्याशी चर्चच्या फैरी झडतच होत्या. त्यातून सामान्यज्ञानात इतिहास, भूगोल, समाजसुधारक, राज्यशास्त्र विबय शिकविण्याचे निश्चित झाले. सातारा येथील दिशा ॲकॅडमीने सुसज्ज क्लासरुम उपलका करुन दिली. आता प्रश्न होता तो विद्यार्थ्यांच्या उपलब्धतेचा! सातारा येथील युवा करिअर ॲकॅडमीने हा प्रश्न चुटकीसरशी सोडविला. ॲकॅडमीचे विद्यार्थी उत्साहाने विक्रमात सहभागी होण्यास तयार झाले. स्पर्धा परीक्षेचे विद्यार्थीच ते! कसे मागे हटणार! त्यांनी शिक्षकांसह चर्चा करुन चक्क बॅच तयार केल्या आणि उपक्रमात मोठया उत्साहाने सामील झाले.

विक्रमाचा दिवस अखेर उजाडला. तो होता ८ ऑक्टोबर २०१६. सलग २४ तास शिकवायचे होते. मी मनाची तयारी केली होती. कुटुंब, मित्र मदतीला तत्पर होते. युवाचे विद्याथी वेळेवर आले. सकाळी ८ वाजून १० मिनिटांनी मी अध्यापनाला सुरुवात केली. दुस-या दिवशी सकाळी १० वाजून २५ मिनिटांनी अध्यापन

शाबविले. परिक्षक रजतकुमार यांनी तसा इशारा केला आणि चक्क २४ ऐवजी २५ तास अध्यापनाचा मी विक्रम यशस्वी केला होता! दर 3 तासांनी मला १० मिनिटांचा ब्रेक देण्यात आला. तथापि एकुण ७ ब्रेक मिळून ७० मिनिटे मला जादा शिकवावे लागले. १ मिनिटापेक्षा जास्त मला बोलताना थांबायचे नव्हते किंवा विद्यार्थ्यांनेही मी प्रश्न विचारल्यावर एक मिनिटापेक्षा जास्त बोळ उत्तर दयावयाचे नव्हते. असे कडक नियम होते. मला ना भोजन मिळाले ना अर्थातच झोप मिळाली. केवळ लिक्वीड जसे की सरबत पित राहीलो. काही विद्यार्थी रात्रभर जागले. सलग विडीओ शुटींग करणारेही जिददीने जागे राहिले. सानी विक्रमाचा विधायक आणि सकारात्मक आनंद घेतला. छत्रपती शिवाजी महाराजांच्या इतिहासापासून ते विधानसभा विधानपरिषदेपर्यन्त अनेक विषय आनंदाने शिकविले.

परिक्षक रजतकुमार स्वतःही भारावून गेले. विद्यार्थ्यांना ज्ञानाबरोबरच सबरत, हलकासा खाऊ इ. पुरविण्यासाठी जयंत. सनिल, रमेश, अभिजित असे मित्र सलग २५ तास झटत राहिले. हा सुर्वणक्षण आला आणि रजतकुमार यांनी मी विक्रम केला आहे असे जाहीर केले आणि तसे प्रमाणपत्र प्रदान केले तेव्हा सर्व मित्र कुटविय यांच्या डोळ्यातून आनंदाश्रू वाहू लागले. हा एक रोमांचक अनुभव होता. हा अनुभव कदापि विसरणे नाही !! कारण या विक्रमाला विधायकता, सकारात्मकता आणि अध्यापनाच्या पवित्र कार्याची सोनेरी किनार लाभली!!

संस्कार आणि समाज सोप्या भाषेत शिकवा

विद्यार्थ्यांना, पर्यायाने आपल्या पाल्याला संवेदनशील नागरिक बनविणे हे शिक्षणाचे सर्वोच्च ध्येय आहे, हे ब्रीद प्रत्येक पालकाने मनावर बिंबवायला हवे. आपल्या पाल्याला घडविणे हे केवळ आपले कर्तव्य नसून तो चिरंतन आनंदाचा भाग आहे हे समजून घेतले पाहिजे. मुलांचे संगोपन करणे म्हणजे आपणच आपल्या भवितव्याची संदर पायाभरणी करणे होय. मलांचे संगोपन करताना केवळ त्यांना 'मार्क्सवादी आणि परस्परांशी वागणूक मोठ्यांचा सामाजिक अभ्यास आदी बाबी मुलांच्या संगोपनावर सखोल परिणाकरतात. मुलांवर संस्कार करणे आणि समाजाबाबत सोप्या भाबेत त्यांच्यामध्ये जाणीव जागृती करणे या दोन्ही पातळ्यांवर सांगोपांग विचार व्हावा.

अनेकदा कुटंबामध्ये मुलांचे संगोपन करताना बहुआयामी विचार न करता सरधोपटपणे पारंपरिक दृष्टिकोन अवलंबिला जातो. मुलांचे मानसशास्त्र, कोवळ्या भावना यांची सांगड कुटुंब आणि चालू जगाशी घालणे

गरजेचे ठरते. एक पालक म्हणून माझे असे प्रामाणिक मत आहे की, या बाबी करणे अजिबात अवघड तर नाहीच, तथापि तो एक कर्तव्यपूर्तीचा बौध्दिक आनंद देणारा ठेवा आहे. मुलांना कित्येक बाबी समजत नाहीत त्यांच्या बुध्दीचा आवाका आणि त्यांच्या नाजूक अपेक्षा यांचे व्यवस्थित आकलन पालकांना होणे अत्यंत गरजेचे आहे. अभ्यासाने, निरिक्षणाने हे लिलया शक्य आहे.

घरात, शेजारी पाजारी, गावात, कॉलनीत एकंदरीत समाजातच अनेक संस्कारदायी आनंदवर्धक बाबी घडत असतात. पालकांनी स्वतः संवेदनशील राहून या घडामोडींप्रति जागरुक आणि उत्साही राहायला हवे. आपल्या पाल्याला देखील त्याच्या वयोपरत्वे आणि कुवतीनुसार आसपासच्या या घडामोडी सकारात्मकरित्या समजायला हव्यात, ही इच्छाशक्ती आपण पालक म्हणून मनात अखंड तेवत ठेवली पाहिजे. माझा मुलगा अथवा मुलगी अजून लहान आहे, अजून खूप आयुष्य बाकी आहे असा संकुचित विचार अनेक पालक करताना दिसतात. यामुळे स्वतःचा आणि आपल्या पाल्याचा व्यक्तिमत्त्व विकास आपण जाणीवपूर्वक खुंटवतो.

थोडा विशाल दृष्टिकोन ठेवला तरचटकन लक्षात येईल की, आपण आपल्या पाल्यास आसपासच्या जगातील सांगितलेल्या, जाणवून दिलेल्या चांगल्या बाबींचा योग्य आणि पोषक परिणाम पाल्याच्या स्वभावातून परिवर्तित होऊ लागला आहे. हा माझा स्वानुभव आहे. मी माझ्या मुलीला घरात अथवा समाजात वावरताना अनेक सकारात्मक बाबींची सोप्या भाषेत जाणीव करून देत असतो. एकदा रस्त्यावरुन जात असताना कर्मवीर भाऊराव पाटील व लक्ष्मीबाई पाटील यांचे पुतळे आम्हाला दिसले. मी माझ्या कन्येला, तिला समजेल अशा

भाषेत या दोन महान विभुतींचे कार्य थोडक्यात सांगितले. या दोघांच्या त्यागामुळे, तळमळीमुळे लाखो मुले शिक्षण घेऊ शकली तसेच, गोरगरिबांना सुसंस्काराची दारे खुली झाली, अशी माहिती मी माझ्या आठ वर्षीय कन्येला अगदी सोप्या भाषेत, हसत खेळत तिला कंटाळवाणे वाटणार नाही अशा पध्दतीने सांगितले.

घरात भिंतीवर लावलेली दिनदर्शिका रोज पाल्यासह पाहिली तरी आपणांस जाणवेल की, आपल्या घरातच ज्ञानाची गंगा वाहात आहे. दिनविशेषावर सहज नजर टाकली तरी आपण आपल्या पाल्याला थोडक्यात छान माहिती देऊ शकतो. एकविस मार्च रोजी जागतिक कविता दिन असतो हे जेंव्हा मला एका दिनदर्शिकेमुळे समजले तेंव्हा मी माझ्या मुलीलाही ही गोष्ट छान समजून सांगितली. वेगवेगळे दिन का साजरे करतात हेही ओघानेच सांगीतले. तिला विशेष आनंद वाटावा म्हणून १४ नोव्हेंबर रोजी 'तुमचाच दिवास असतो', अशा लडिवाळ भाषेत या दिवसाचे छान महत्त्व व उपयोजन सांगितले. माझी कन्या खुष झाली. एकंदरीतच सामाजिक संवेदनशीलता, कौटुंबिक कर्तव्यतत्परता, लहान भावंडांप्रति वात्सल्य, मोठयांप्रति प्रेमयुक्त आदर या बाबी अगदी सहज शैलीत लहानग्या मुलांच्या मनावर बिंबवत येतात. हे मी स्वतःच्या प्रयोगातून खात्रीने म्हणू शकतो.

समाजात वावरताना अनेक कार्यक्रम उपक्रम आसपास घडतात हे पालक पाहात असतात. मात्र, आपल्या पाल्यासह या उपक्रमात सहभागी होण्यास अनुत्सुक असतात. पालकांनी मुलांना घेऊन व्याख्याने, प्रश्नमंजुषा, संगीतमैफल, मुलाखती, विविध स्पर्धा आदिंना छान हजेरी लावावी. छोटया मोठय स्पर्धांमध्ये मुलांना भाग घेण्यास प्रवृत्त करावे. स्वतः वाचन करीत राहावे आणि मुलांनाही साधी,

सरळ, सुगवाचन करण्याची गोडी लावावी. वर्तमानपत्रातील, मासिकातील सुंदर संस्कारक्षम उतारे वाचून दाखवावेत. चिडचिड करु नये. घरातील भांडणांचा राग मुलांवर काढू नये.

पालकांनी स्वत:देखील उपक्रमशील असावे. माझा अलिकडचाच एक छान अनुभव येट सांगायला मला आवडेल. २ ऑक्टोबर २०१६ रोजी माझ्या गावातील माध्यमिक शाळेत मी माझे सत्याचे प्रयोग या गांधीचरित्राचे वाचन मुलांसमोर केले. सोप्या भाषेत महात्मा गांधीच विचार मुलांना सामावून घेत समजावून सांगितले. त्यांना कंटाळा न येऊ न देता संवादात्मक संस्कार सोहळा घडवला. चक्क सलग १० तास इयत्ता दुसरी ते आठवीतील मुले या सुखसंवादात व गांधी प्रेमात रमून गेली. या उपक्रमात मी माझ्य मुलीसह पुतण्या, भाची, भाचा या सर्व लहानग्यांना गोड बोलुन सामावून घेतले. दुसरा छान अनुभव असा की मी नुकताच सलग २५ तास शिकाण्याचा अविश्रांत उपक्रम केला त्याची नोंद 'गोल्डन बुक ऑफ वर्ल्ड रेकॉर्ड्स' मध्ये झाली. या उपक्रमातही घरातल्या तसेच, पाहुण्यांच्या लहान मुलांना गोडीने शक्य तेवढा कोळ सामावून घेतले. हा सर्व सोहळा पाहून मुले आनंदून गेली.

हे अनुभवच अव्दितीय समाधान देणारे होते. खरेतर मलांचे संगोपन हा एक उपचार नसून सुंदर संधी आहे. अगदी विचारांबरोबरच, काय खावे अथवा खाऊ नये हे देखील प्रेमळ भाषेत मुलांन समजून सांगून तशी सवय लावता येते. खजुर, राजगि-याचे लाड, बदाम, नाचणीचे सत्व आदी पौष्टिक

खादय स्वतः सेवन करावे व मुलांनाही गोडी लावावी. महत्त्वाचे म्हणजे मुलांना वेळ देणे गरजेचे आहे. - केवळ स्वत:तच

रमणारे पालक मुलांचे संगोपन सर्वांगीणदृष्टया सुंदर रीतीने करु शकणार नाहीत.

एकंदरीतच आपली मुले हा ईश्वराने दिलेला प्रसाद आहे. त्याचे पावित्र्य राखणे ही एक आनंदवारी आहे.

❦

स्थानिक स्वराज्य संस्था म्हणजेच लोकांचे सरकार

भारतामध्ये स्थानिक स्वराज्य संस्था प्रणाली आहे. बलवंतराव मेहता समिती देश पातळी साठी स्थापन करण्यात आली त्यानंतर महाराष्ट्रात वसंतराव नाईक समिती स्थापन करण्यात आली. त्यानुसार १९६२ मध्ये जिल्हा परिषद पंचायत समिती ग्रामपंचायत अशी त्रिस्तरीय रचना करण्यात आली. सत्तेचे विकेंद्रीकरण व्हावे म्हणून पंचायतराज अस्तित्वात आली. म्हणजेच सत्ता एकाच ठिकाणी एकवटू न राहता खऱ्या अर्थाने लोकशाही निर्माण व्हावी हा यामागील हेतू होता. जिल्हास्तरावर सर्वोच्च स्थानिक स्वराज्य संस्था असते. तिला जिल्हा परिषद म्हणतात. जिल्हा परिषदेमध्ये ५० ते ७५ इतके लोकप्रतिनिधी निवडून दिले जातात. त्यांच्या मतदारसंघाला गट म्हणतात. हे लोकप्रतिनिधी जिल्हा परिषदेचा कारभार तेथील नियुक्त अधिकारी आणि कर्मचारी यांच्या सोबत पाहतात. या लोकप्रतिनिधींना जिल्हा परिषद सदस्य असे म्हणतात. शासनाच्या विविध

योजना प्रशासनाच्या माध्यमातून जनतेपर्यंत पोहोचविणे हे महत्त्वाचे कार्य आहे. या कार्यातूनच खऱ्या अर्थाने लोकशाही जोपासली जाते आणि कल्याणकारी राज्याचा हेतू साध्य होतो. भारतीय राज्यघटनेतून डॉक्टर बाबासाहेब आंबेडकर आणि त्यांच्या सहकाऱ्यांना हेच अपेक्षित होते. समाजकल्याण शिक्षण आरोग्य बांधकाम अर्थ पशुसंवर्धन कृषी ग्रामपंचायत अशा विविध खात्यांमार्फत जिल्हा परिषदेचा कारभार चालतो. प्रत्येक तालुक्याला पंचायत समिती असते. पंचायत समिती मध्ये निवडून दिलेल्या लोकप्रतिनिधींना पंचायत समिती सदस्य म्हणतात. त्यांच्या मतदारसंघाला गण म्हणतात. एका जिल्हा परिषद मतदार संघामध्ये दोन पंचायत समितीचे गण असतात. पंचायत समिती सदस्य पंचायत समिती कार्यालयाच्या सहकार्याने तालुक्याचा कार्यभाग पाहतात. पंचायत समितीमध्ये गटविकास

अधिकारी हे प्रमुख प्रशासकीय अधिकारी असून तेच पंचायत समितीचे सचिव असतात. पंचायत समितीमध्ये आरोग्य, बांधकाम, एकात्मिक बाल विकास सेवा प्रकल्प, शिक्षण, ग्रामपंचायत, पाणी व स्वच्छता इत्यादी विभाग कार्यरत असतात. विविध योजना जनतेपर्यंत पोहोचत दिल्या जातात. जिल्हा परिषदेमध्ये अध्यक्ष प्रमुख लोकप्रतिनिधी असून त्या खालोखाल उपाध्यक्ष यांची देखील निवड सदस्यांमधून केली जाते. पंचायत समिती सदस्यांनी मधून सभापती आणि उपसभापती यांची निवड केली जाते. प्रत्येक गावांमध्ये ग्रामपंचायत असते. तेथील शासकीय अधिकाऱ्याला ग्रामसेवक म्हणतात. तसेच लोकप्रतिनिधींना सरपंच उपसरपंच आणि ग्रामपंचायत सदस्य म्हणतात. अशातऱ्हेने गावाला ग्रामपंचायत, तालुक्याला पंचायत समिती आणि जिल्हा पातळीवर जिल्हा परिषद अशी त्रिस्तरीय

पंचायती राज व्यवस्था महाराष्ट्रात आहे. काही राज्यांमध्ये पंचायत समिती नसते. ग्रामपंचायतीमध्ये ग्रामसेवक हे सचिव असतात. जिल्हा परिषदेमध्ये मुख्य कार्यकारी अधिकारी हे प्रमुख अधिकारी असतात. त्यांच्या मदतीला सहाय्यक मुख्य कार्यकारी अधिकारी असतात. तसेच सामान्य प्रशासन विभाग पाणी व स्वच्छता विभाग आणि ग्रामपंचायत विभाग या विभागांना उपमुख्य कार्यकारी अधिकारी असतात. जिल्हा परिषदेत विविध समित्या असतात. या समित्यांमार्फत कारभार चालतो. लोकोपयोगी योजना सामान्य जनतेपर्यंत पोहोचविण्यासाठी पंचायती राज व्यवस्था कार्यरत असते. जिल्हा परिषदेमध्ये कमीत कमी ५० ते जास्तीत जास्त पंच्याहत्तर पंचायत समितीमध्ये कमीत कमी १२ ते जास्तीत जास्त २५ आणि ग्रामपंचायतीमध्ये कमीत कमी सात ते जास्तीत जास्त पंधरा इतके लोक प्रतिनिधी म्हणजे सदस्य निवडले जातात. काळानुसार लोकसंख्या वाढी नुसार सदस्य संख्या वाढू शकते. महाराष्ट्र मध्ये अहमदनगर जिल्ह्यात सर्वात जास्त जिल्हा परिषद सदस्य संख्या आहे. सत्तेचे विकेंद्रीकरण करण्यासाठी पंचायती राज व्यवस्था खूप महत्त्वाची भूमिका बजावते.

नोकरी करीत असतानाच बहिस्थ विद्यार्थी म्हणून मराठी विषयातून एम. ए. उत्तीर्ण झाल्यावर मला अनेकांनी विचारले की; अशा नवीन पदव्या घेण्यामुळे तुझ्या पगारात वाढ होणार आहे का? नोकरीचा यात संबंध आहे का? खरेतर मी बुचकळ्यात पडलो. कारण शिक्षण आणि व्यवहार या वेगवेगळ्या गोष्टी आहेत. विचार व्यक्त करणे, चतुरस्त्र व्यक्तिमत्त्व बनवणे, अंतर्बाह्य समृद्ध होणे या सर्व गोष्टींचा शिक्षणाची खूप जवळचा

संबंध आहे. त्यामुळे पगार, वेतन वाढ आदी बाबींचा शिक्षणाशी थेट संबंध जोडणे, योग्य ठरत नाही. शिक्षणातून ज्ञानप्राप्ती तर होतेच; परंतु आपल्याला अंतर्मनातून समृद्ध झाल्याचा सुंदर अनुभव येतो! बी. ए., एम. ए. करीत असताना कवी कुसुमाग्रज यांच्या "विशाखा" सारखे दर्जेदार कवितासंग्रह तसेच; कथासंग्रह, कादंबऱ्या अभ्यासण्याची संधी मिळाली. त्याचा आनंदच वेगळा होता. अर्थात शिक्षण म्हणजे फक्त विद्यापीठाचे शिक्षण नव्हे. शिवणकाम, चित्रकला यात प्रगती करणे म्हणजे सुद्धा शिक्षणच आहे! स्वामी विवेकानंद म्हणतात, "शिक्षण म्हणजे माणसात अगोदरच जे पूर्णत्व असते, त्याचे प्रकटीकरण करणे" होय. अद्भुत शांतता आणि मनाची समृद्धी यासाठी, शिक्षण ही एक दैवी गुरुकिल्ली आहे. रोजचे "खाऊपिऊ" जीवन अधिक अर्थपूर्ण करायचे असेल तर मला; आज काहीतरी नवीन समजले पाहिजे, नवीन ज्ञान झाले पाहिजे. अशी भूक लागणे गरजेचे आहे. मग आपोआप माणूस शिक्षण घेतो. साधा चहा ज्याला करता येतो, त्याने स्पेशल चहा करायला शिकला, तर तेसुद्धा शिक्षणच आहे. नाही का?

प्रजासत्ताक, संविधान, बाबासाहेब आणि आपण..!!

२६ जानेवारी १९५० रोजी भारतात राज्यघटना अमलात आली त्याअगोदर २६ नोव्हेंबर १९४९ रोजी आपण राज्यघटनेचा स्वीकार केला. तब्बल दोन वर्षे ११ महिने १८ दिवस म्हणजे जवळजवळ तीन वर्षे प्रचंड अभ्यास करून डॉक्टर बाबासाहेब आंबेडकर यांच्या कुशल मार्गदर्शनाखाली राज्यघटना तयार झाली. आम्ही भारताचे लोक न्याय स्वातंत्र्य समता ही तत्वे अंगीकारत आहोत. अशा अर्थाची घटनेची गुरुकिल्ली म्हणजेच सरनामा अर्थात प्रस्तावना घटनेच्या सुरुवातीला आहे. त्यातून घटना लिहिणार्या विद्वानांच्या मनात काय आहे हे समजते प्रजासत्ताक दिनाच्या निमित्ताने. राज्यघटना आणि बाबासाहेब आंबेडकर यांचे जीवन याविषयी विचारमंथन महत्त्वाचे वाटते म्हणून हा लेखन प्रपंच. कोट्यवधी जनतेच्या भारत या खंडप्राय देशाचे विधान लिहिणे सोपे नव्हते. बाबासाहेबांचे जीवन प्रचंड संघर्षाने भरलेले आणि देशप्रेमाने भारलेले होते. त्यांनी केवळ एकाच

घटकाचा विचार केला नाही तर राज्यघटना गुंफत असताना सर्व फुलांची एक न्यायप्रधान मालिका तयार केली. "स्वातंत्र्य, समता, बंधुता "या तत्वांना मध्यभागी ठेवले. सर्व घटकांना समान न्याय दिला. आजच्या काळात मूलभूत हक्क, मूलभूत कर्तव्य आणि मार्गदर्शक तत्वे अशा तीनही प्रमुख घटकांचा राज्य घटनेतून केला गेलेला उच्चार पुन्हा एकदा जगला पाहिजे. मूलभूत हक्कांवर आपण खूप लक्ष देतो. मात्र मूलभूत कर्तव्य आपण शक्य तेवढ्या काटेकोरपणे पाळली पाहिजेत. ही अकरा मूलभूत कर्तव्य पाळली नाही तर शिक्षा नाही. परंतु जर ती पाळली नाहीत तर जणू आत्माच हरवून जातो आणि केवळ देशाच्या जीवनाला बेगडी स्वरूप येते वृक्षसंवर्धन करणे वैज्ञानिक दृष्टिकोन बाळगणे स्वतःच्या व्यक्तिमत्त्वाचा विकास करून त्याद्वारे देशाचा विकास साधणे अशी अनेक कर्तव्य सांगितली आहेत. यांचा गांभीर्याने विचार करणे आवश्यक आहे. आज कोणतीही समस्या अथवा मतभेद यांचे निराकरण करताना न्यायालय राज्यघटनेला अधीन राहूनच न्याय देते. काळानुसार बदल केले जातात हे खरे असले तरीही घटनेचा आत्मा तोच आहे. राज्यघटना कोणीही बदलू शकत नाही. शहीद भगतसिंग नेताजी सुभाषचंद्र बोस राष्ट्रपिता महात्मा गांधी सरदार वल्लभ भाई पटेल लोकमान्य टिळक अशा शेकडो महान व्यक्तींच्या बलिदानातून भारत घडला आहे. प्रचंड त्यागातून स्वातंत्र्य मिळाले मात्र जसे भाषेला व्याकरणा रुपी नियम असतो तसाच देशाला चालवण्यासाठी राज्यघटना रूपी दिपस्तंभ आहे. आज गुन्हेगारी, व्यसनाधिनता, भ्रष्टाचार, स्त्रीभ्रूणहत्या वाढते शहरीकरण आणि त्यांमधून येणारे बकालीकरण अशा अनेक समस्या आपल्या समोर आहेत. अर्थात १३५ कोटी लोकसंख्या

ही समस्या मी तरी मानत नाही. ते एक बलस्थान आहे असा विचार केला तर इतर सर्व समस्या सुटू शकतील. शिक्षण आणि प्रबोधनाला केंद्रस्थानी ठेवले तर मूलभूत मानवी मूल्ये जपता येतील आणि राज्य घटनेचा सन्मान होऊन प्रजासत्ताक खऱ्या अर्थाने सार्थक होईल. मध्यप्रदेशात महू येथे १८९१ मध्ये जन्मलेल्या बाबासाहेबांनी अखेर पर्यंत म्हणजेच ६ डिसेंबर १८५६ पर्यंत आयुष्यभर प्रचंड अपमान हाल-अपेष्टा सहन करत शिक्षण घेतले. हे शिक्षण कधीही भौतिक सुखासाठी नव्हते. आपल्या समाजातील वंचितांना, शोषितांना न्याय मिळवून देण्यासाठी शिक्षण घेणे आवश्यक आहे, हा त्यांचा शुद्ध हेतू होता. मुळात शिक्षणाचा हेतू असाच असावा लागतो; म्हणूनच विद्यार्थ्यांनी बाबासाहेबांचे पूजक असले पाहिजे. पोटार्थी शिक्षण काहीच उपयोगाचे नाही. हे शिक्षण कदाचित पोट भरेल; पण तुमचे हृदय आणि मन समाधानी राहणार नाही, हे विचार चाणाक्ष बाबासाहेबांनी लहानपणापासूनच मनात रुजवले होते. प्रचंड विरोधाचा आणि प्रचंड विपरीत परिस्थितीचा सामना करत बाबासाहेबांनी एम. ए., अर्थशास्त्रातली दलीत, पीएच. डी, बॅरिस्टर अशा अनेक पदव्या मिळवल्या. या पदव्या घेत असताना ज्ञानाची लालसा आणि चौफेर व्यक्तिमत्त्व घडवणे या दोन्ही हेतूंनी बाबासाहेब भारावले होते. म्हणूनच ते जगातले सर्वोत्कृष्ट आदर्श विद्यार्थी होते. आजचा एकविसाव्या शतकातला विद्यार्थी हा बाबासाहेबांचा म्हणूनच पूजक असला पाहिजे. एखादी पदवी मिळवली तरी आज; "मला नोकरी मिळत नाही", म्हणून समाज व्यवस्थेबद्दल नाराजी व्यक्त करणारा विद्यार्थी पाहिला की बाबासाहेबांच्या निरपेक्ष कार्यकर्तृत्वाची तीव्रतेने आठवण येते. प्रचंड दारिद्र्य आणि अवहेलना यांचा सामना

करत, घरातील असंख्य संकटांना सामोरे जात, बाबासाहेबांनी अखंड शिक्षण घेतले. या सर्व बाबी लक्षात घेतल्या तर आजच्या विद्यार्थ्याला नक्कीच शिक्षणाचे मर्म आणि महत्त्व लक्षात येईल. शिक्षण घेण्यासाठी, ज्ञान मिळवण्यासाठी असीम त्याग असावा लागतो. मनात आले असते तर बाबासाहेबांनी स्वतः विद्वत्तेच्या जोरावर खूप मजेत आयुष्य घालवले असते. परंतु त्यांनी शिक्षणाचा उपयोग हा अखंडपणे वंचितांच्या, शोषितांच्या, दलितांच्या उद्धारासाठी केला. 'द प्रॉब्लेम ऑफ रुपी', 'कास्ट इन इंडिया', 'द अनटचेबल्स', 'थॉट्स ऑन पाकिस्तान', 'बुद्ध अँड हिज धम्म 'अशी अनेक आशयघन आणि ज्ञानप्रचुर पुस्तके, ग्रंथसंपदा त्यांनी निर्माण केली. त्यांचे संस्थात्मक योगदानही मोठे होते. विद्यार्थ्यांनी लक्षात घेतले पाहिजे की संस्था केवळ पोट चालवण्यासाठी आणि नाव कमविण्यासाठी नसतात. तर जनतेच्या भल्यासाठी असतात. त्यांनी मूकनायक साप्ताहिक १९२० मध्ये सुरू केले. राजर्षी शाहू महाराज आणि महाराजा सयाजीराव गायकवाड यांचा विश्वास संपादन केला. छत्रपती शाहू महाराजांच्या मदतीने इंग्लंडला आणि महाराजा सयाजीराव गायकवाड यांच्या मदतीने अमेरिकेला उच्च शिक्षण घेतले. येथे विद्यार्थ्यांनी लक्षात घेतले पाहिजे की कोणीही स्वतःहून आपल्या मदतीला येत नाही. आपण आपल्या व्यक्तिमत्त्वामध्ये पात्रता निर्माण करून आपल्या ज्ञानलालसेने मदत खेचून आणली पाहिजे. आपल्या चांगुलपणाने, आपल्या नम्र वागण्याने आणि आपल्या मधुर वाणीने खूप मोठ्या व्यक्ती सुद्धा आपल्या जवळ येऊन आपल्याला मदत करू शकतात. हेच बाबासाहेबांच्या व्यक्तिमत्त्वातून आणि जीवनपटातुन दिसून येते. विद्यार्थ्यांनी अखंड संघर्ष केला पाहिजे. हे सुद्धा बाबासाहेबांच्या

जीवनातून घेण्यासारखे तत्त्व आहे. बाबासाहेबांनी अखंड संघर्ष केला. शिका, संघटित व्हा आणि संघर्ष करा हा त्यांचा मूलमंत्र होता. यातील "शिका" या शब्दातूनच "विद्यार्थी व्हा" असा अर्थ ध्वनित होतो. १९३० मध्ये त्यांनी जनता वृत्तपत्र सुरू केले.१९५६ मध्ये त्याचे नामांतर प्रबुद्ध भारत असे झाले. बाबासाहेब केवळ लेखकच नव्हते. केवळ निष्णात वकीलच नव्हते. केवळ उत्कृष्ट वक्ते नव्हते. तर ते पत्रकार सुद्धा होते. आजच्या विद्यार्थ्याने बाबासाहेबांची पूजा याच साठी केली पाहिजे की चौफेर व्यक्तिमत्त्व कसे असावे याचे बाबासाहेब म्हणजे संपूर्ण जगासमोरील जिवंत उदाहरण आहे. शिक्षणाचा अंतिम अर्थ समाजसेवा, अंतिम ध्येय समाजप्रवण दृष्टिकोण हेच आहे. विद्यार्थ्यांनी स्वार्थी दृष्टिकोनातून शिक्षण घेतले तर उत्कृष्ट गुण तर मिळणारच नाहीत शिवाय खरे ज्ञानही मिळणार नाही आणि अंतिमतः निराशाच पदरी पडते. परंतु बाबासाहेबांनी आपल्या शिक्षणाचा संपूर्ण उपयोग समाजासाठी करून ज्ञान आणि शिक्षण यांचे खरे कार्य काय आहे, हे जगासमोर दाखवून दिले हे विद्यार्थ्यांनी ध्यानी घ्यायची गरज आहे .२ वर्षे ११ महिने १८ दिवस इतके दिवस रात्रंदिवस राबून त्यांनी भारताची राज्यघटना लिहिली. हे प्रचंड आणि महान कार्य होते. १९४९ मध्ये ही घटना स्वीकारली तर २६ जानेवारी १९५० ला राज्यघटना अमलात आली. त्याअगोदर मजूर पक्षाची स्थापना, मूकनायक वृत्तपत्र सुरू करणे असो की जनता वृत्तपत्र सुरू करणे असो; अशा सर्व टप्प्यांवर बाबासाहेबांनी अखंड संघर्ष केला. कौटुंबिक पातळीवर असो की सामाजिक पातळीवर असो अथवा राजकीय पातळीवर असो सर्व बाजूंनी त्यांचा संघर्ष टोकदार होत गेला. कधीही त्यांना भौतिक सुखाचा निवांतपणा मिळाला

नाही. कर्मवीर भाऊराव पाटील, संत गाडगेबाबा अशा महान व्यक्तींशी बाबासाहेबांचा संपर्क होता. त्यांच्यावर बाबासाहेबांचे आणि बाबासाहेबांवर अशा महान व्यक्तींचे प्रचंड प्रेम होते. एका प्रचंड गरीब कुटुंबात जन्मलेला मुलगा महान संतांच्या प्रेमाला पात्र होतो ; याचा अर्थ हा शिक्षणाचा खूप मोठा विजय आहे. हे आत्ताच्या विद्यार्थ्यांनी लक्षात घेणे गरजेचे आहे. बाबासाहेबांनी भरपूर पुस्तके लिहिली. खूप संस्था काढल्या. खूप पदव्या मिळवल्या. हा भाग तर महत्त्वाचा आहेच. परंतु; हे सर्व करण्यामागील त्यांची तत्त्वे आणि प्रेरणा काय होती, हे मात्र विद्यार्थ्यांनी खास करून लक्षात घेतले पाहिजे. महात्मा गांधी यांच्याबरोबरचा पुणे करार असो की हिंदू कोड बिल असो अशा खूप मोठ्या प्रसंगातून बाबासाहेब घडत गेले. त्यांनी संघर्ष केला. मनुस्मृतीचे दहन असो की महाडचे चवदार तळ्याचे आंदोलन असो अशा ठिकाणी बाबासाहेबांच्या व्यक्तीमत्वाचा, बुद्धीचा, ज्ञानाचा कस लागला. तिथे त्यांचे ज्ञान आणि शिक्षण उजळून निघाले. व्यक्तिमत्त्व जागतिक झाले. त्यांच्या व्यक्तिमत्त्वाला वैश्विक परिमाण लाभले. आज २६ जानेवारी २०२१ रोजी राज्यघटनेचा आणि देशाच्या एकंदरीत परिस्थितीचा विचार केला तर आपण तरुण ज्येष्ठ नागरिक महिला दिव्यांग अशा सर्वांनाच न्याय देण्याचा प्रयत्न करायला हवा बाबासाहेबांकडून प्रचंड अभ्यास, ध्येयाची आसक्ती, सहनशीलता, समर्पणशीलता, पराकोटीची नम्रता अशी सद्गुण आपण स्वीकारून राज्य घटनेला खरा अर्थ प्राप्त करून देऊया...!!!

टीव्ही मालिकांमधील स्त्रीप्रतिमा: एक भयानक प्रकार

मराठी तसेच हिंदी दूरदर्शन मालिकांमधील "स्त्रियांची प्रतिमा" हा एक भयानक प्रकार झाला आहे! जिजामाता, राणी लक्ष्मीबाई, अहिल्याबाई होळकर अशा महान पराक्रमी स्त्रियांचा इतिहास असलेल्या भारतामध्ये हा प्रकार पहावा लागत आहे. सातत्याने कुरघोडी करणे, मत्सर व्यक्त करणे आणि सुस्वभावी स्त्रियांच्या मार्गात अडसर निर्माण करणे अशा अवगुणयुक्त असणाऱ्या अनेक स्त्री प्रतिमा दूरदर्शन मालिकांमध्ये अत्यंत बीभत्सपणे वावरत आहेत. स्त्री असो वा पुरूष, यांच्यामध्ये काही प्रमाणात वाईट प्रवृत्ती या असणारच. परंतु; या मालिका पाहून इतक्या खालच्या स्तरावर स्त्रिया कारस्थानी असू शकतील; अथवा नीच पातळीवर जाऊ शकतील हे मनाला पटत नाही! मात्र आज कोणतेही चॅनेलवरील बहुतांशी मालिकांमध्ये स्त्रीची प्रतिमा अत्यंत खालावलेली दाखविण्यात येत आहे. प्रचंड श्रीमंती, त्यातून येणारा अहंकार आणि त्यातून "कौटुंबिक सत्तास्थान "काबीज करण्याची लागलेली

स्पर्धा; हे सर्व या प्रतिमामधून अत्यंत किळसवाण्या पद्धतीने चित्रीत केले जात आहे. भारतीय इतिहासामध्ये स्त्री-पुरुष दोघेही जितके बुद्धिवान पराक्रमी दाखविले गेले अथवा होऊन गेले. तसेच काही जण हलक्या प्रवृत्तीचे होऊन गेले. परंतु ज्या पद्धतीने टीव्ही मालिकांमधून स्त्रियांची प्रतिमा आज घराघरात पोहोचत आहे, अशा स्त्रिया प्रत्यक्षात समाजात असतील असे वाटत नाही. विशेषतः अत्यंत खालच्या पातळीवरील वागणुकीतून इतरांना विशेषतः स्त्रियांनाच कमीपणा दाखविण्याचा प्रयत्न होत आहे. पुरुष पात्रांची तर अनेक मालिकांमधून पायपुसणी करून टाकली आहे... या स्त्री पात्रांची भाषा अत्यंत खालच्या स्तरावरची असते. तसेच कपडे आणि पेहराव सुद्धा आता बिघडत चालला आहे. अगदी घरात असताना सुद्धा ही स्त्रीपात्रे भडक मेकअप आणि भरजरी कपड्यांमध्ये वावरताना आढळतात, हे अनाकलनीय आहे! श्रीमंती आणि बडेजावकीच्या मोहात अडकलेल्या या पात्रांना श्रमसंस्कृती तसेच; इतरांचा आदर यांचा गंधही नसतो. कुटुंबामध्ये एकत्र या मालिका पहाव्यात की नाहीत; असा प्रश्न कुटुंबात उपस्थित होत आहे. इतक्या पाताळयंत्री आणि कारस्थानी स्त्रिया निदान भारतामध्ये असू शकत नाहीत. त्यामुळे याबाबत संबंधित मालिका लेखक-दिग्दर्शक, निर्माते आणि वाहिन्या यांनी विचार करावा आणि हा हिणकस प्रकार थांबवावा. मनोरंजन क्षेत्रात अर्थशास्त्र आणि टीआरपी सांभाळताना किमान भारतीय मूल्यांना धक्का लागू नये, अशी अपेक्षा आहे. बाकी भरपूर स्वातंत्र्य मनोरंजन क्षेत्राला मूळातच मिळालेले आहे..!

जागरूकता, नियमपालन, सहकार्य! हाच कोरोनामुक्तीचा आधार!

लेखाच्या मध्यभागी दिलेल्या २४ सूचना अवश्य पहा. तसा कृपया अवलंब करा.

कोरोनाचे रुग्ण पुन्हा दिसत असले तरी; नागरिकांनी घाबरून जाऊ नये. लहान मुलांच्या बाबतीतही काळजी न करता वैयक्तिक स्वच्छता, ताजे घरातले अन्न खाणे, पौष्टिक अन्न खाणे, त्यांना मास्क वापरायला सांगणे, गर्दीत त्यांना जाऊ न देणे इत्यादी बाबी सांभाळाव्यात. संपूर्ण यंत्रणा चांगली काम करीत असून समाज सुद्धा साथ देत आहे. नियमांचे पालन आणि त्यासोबत प्रबोधन सुद्धा अत्यंत गरजेचे आहे. पुरेसे गांभीर्य निर्माण झाले आहे. नेहमीप्रमाणे काळजी घेणे हे तर आहेच. परंतु; त्यासोबत लहान मुलांची काळजी घेणे, तसेच, म्यूकरमायकोसीसबद्दल काळजी घेणे आणि जनजागृती करणे महत्त्वाचे आहे. मास्क, सामाजिक अंतर ठेवणे गर्दी न करणे, वारंवार हात धुणे या महत्वाच्या

सवयी कायम ठेवाव्यात. परंतु अशा बाबींबरोबरच नैसर्गिक जीवनशैली अवलंबणे, प्रतिकार शक्ती वाढण्यासाठी प्रयत्न करणे या गोष्टी सुद्धा महत्त्वाचे आहे तसेच गांभीर्य कायम ठेवावे अशी जिल्ह्यातील नागरिकांना कळकळीची विनंती आहे. दंड ठोठावण्याची अथवा शिक्षा करण्याची वेळ येण्याअगोदरच सामाजिक जबाबदारी म्हणून नागरिकांनी काळजी घ्यावी, असे मनापासून वाटते. जिल्हा परिषद तसेच; इतर स्थानिक स्वराज्य संस्था, संपूर्ण महसूल विभाग, पोलीस प्रशासन, आरोग्य विभाग इत्यादी सर्व विभाग प्राणपणाने कोरोनामुक्तीसाठी प्रयत्न करीत आहे. स्वतः नियम पाळणे, त्यासोबतच स्वतः आपल्या बांधवांमध्ये प्रबोधन करणे हे जणू देशकार्य आहे. रुग्ण शोधणे, उपचार करणे यासोबतच विविध पातळ्यांवर प्रबोधन करणे हे काम सुद्धा प्रशासन सर्व बाजूंनी काटेकोरपणे आणि तळमळीने करीत आहे. त्याला जनतेची साथ गरजेची आहे. आरोग्य कर्मचारी, अंगणवाडी कर्मचारी, शिक्षक तसेच; इतर सर्व संबंधित कर्मचारी रात्रंदिवस विषाणू नियंत्रणासाठी राबत आहेत. आपण नेहमी "कोरोना काळ" म्हणतो. परंतु त्याला आपण 'संघर्ष काळ' किंवा 'मानवता काळ' असे म्हणूया..!! आपण कोरोना बरोबर खूप छान मुकाबला केला आहे, आणि करीत आहोत. तिसरी लाट येणार आणि त्याच्याशी आपण समर्थपणे मुकाबला करणार आहोतच; असे म्हणत असताना त्या ऐवजी तिसरी लाट येऊच देणार नाही, असा निर्धार करणे गरजेचे आहे. सर्व मंगल मांगल्ये, शिवे सर्वार्थ साधिके। शरण्ये त्र्यंबके गौरी, नारायणी नमोस्तुते। अशी आपली सुंदर भक्ती आणि सेवेची परंपरा आहे. बदलती आरोग्यमय जीवनशैली आपण विसरून उपयोग नाही...

कोरोना काळात शिकलेल्या सूचना कायम जीवनशैलीचा भाग म्हणून अमलात आणाव्यात. मार्च २०२० पासून सर्व प्रकारचे कोरोना योद्धे रात्रंदिवस समाजासाठी झटत आहेत. आता गाफील न राहता सगळे नियम पाळण्याची कसोशीने गरज आहे. कोरोनावर मात करण्यासाठी, 8 ऑक्टोबर दोन हजार वीस पासून, केंद्र सरकारने प्रबोधनासाठी; "जनचेतना" ही सुंदर मोहीम सुरू केली आहे. 'जे जे आपणासी ठावे, ते ते इतरांसी सांगावे। शहाणे करून सोडावे, सकळ जन।।', या संतांच्या उक्तीप्रमाणे आज प्रबोधनाची नितांत गरज आहे. सर्वच पातळ्यांवर महत्त्वाचे प्रयत्न चालू आहेत. ९ जून २०२० च्या पत्रकानुसार महाराष्ट्र सरकारने, ६ ऑक्टोबर २०२० रोजी आयुष मंत्रालयाने महत्त्वाच्या सूचना जारी केल्या. त्यानुसार सरसकट सर्वच नागरिकांनी रोज दहा ग्रॅम च्यवनप्राश खाणे, तसेच "अश्वगंधा गोळी" सकाळ संध्याकाळ असे पंधरा दिवस सेवन करणे आवश्यक आहे .तसेच; जे कोरोना झाल्यानंतर मुक्त झाले आहेत, त्यांनी "आयुष- ६४ "गोळी पंधरा दिवस खाणे महत्त्वाचे आहे... हे उदाहरण देण्याचे कारण म्हणजे सर्वच पातळ्यांवर मनापासून प्रयत्न चालू आहेत. "माझे कुटुंब माझी जबाबदारी" हा सुंदर उपक्रम सरकारने सुरू केला आहे. त्याला जनतेने सहकार्य करणे, अत्यंत आवश्यक आहे. जीव धोक्यात घालून सेवाभावाने कर्मचारी आणि स्वयंसेवक घरोघरी सर्वे करत आहेत. रुग्ण जरी वाढत असले तरीही, बरे होण्याची टक्केवारी वाढत आहे. प्रशासकीय पातळीवर आपण कोरोनाशी एकजुटीने लढत आहोत. अनेक बंधू-भगिनी मुक्त होत आहेत. घरच्या घरी बरे होणारी रुग्ण हजारोच्या संख्येत आहेत यासाठी काय काळजी घ्यावी यासंदर्भात प्रशासनाने

सविस्तर नियम जाहीर केले आहेत अशा वेळेला चहूबाजूंनी जागरुकता बाळगणे, नागरिकांचे कर्तव्य ठरत आहे. प्रशासनाने घालून दिलेले, शासनाने सांगितलेले नियम काटेकोरपणे पाळणे गरजेचे आहेच; परंतु त्यासोबतच काही सामाजिक वाईट तत्त्वे बाजूला ठेवली पाहिजेत. कानावर येणारे तसेच; समाज माध्यमातून आपल्यापर्यंत पोहोचणाऱ्या सगळ्या गोष्टी खर्या नसतात. तार्किक दृष्टीने आणि अधिकाऱ्यांनी सांगितलेल्या, शासनाने सांगितलेल्या गोष्टींवर विश्वास ठेवणे गरजेचे आहे. आज कुटुंबात, समाजात सकारात्मक वातावरण ठेवणे अत्यंत गरजेचे आहे. गाफील राहिले तर, तिसरी लाट येऊ शकते: असे सिद्ध होत आहे. सातत्याने मास्क वापरणे, सामाजिक अंतर पाळणे आणि वारंवार हात धुणे ही यशाची आणि सुरक्षेची त्रिसूत्री ठरली आहे. प्रत्येक गावात ग्राम समिती आहे. त्या ग्राम समितीला गावकऱ्यांनी सहकार्य करणे गरजेचे आहे. ग्राम समित्यांनी सक्रीय होणे गरजेचे आह. तसेच, जे बाधित आहेत, त्यांना गावकऱ्यांनी चांगली वागणूक देणे आवश्यक आहे. सकारात्मक राहणे गरजेचे आहे. काटेकोर निर्बंध पाळावेत गाफील राहू नये. विषाणूचा धोका पूर्णपणे टळलेला नाही. पूर्वीप्रमाणेच सर्व वैयक्तिक, सामाजिक आणि कौटुंबिक नियम तंतोतंत पाळणे गरजेचे आहे. वारंवार हात धुणे, चेहर्याला वारंवार स्पर्श न करणे, अत्यावश्यक गोष्टीसाठी बाहेर पडणे, मास्क वापरणे, कोणत्याही जागेत थुंकू नये, हस्तांदोलन न करता लांबूनच हात जोडून नमस्कार करणे अशा सर्वच गोष्टी पूर्वीप्रमाणेच पाळाव्यात .वारंवार हात धुण्याचा आणि मास्क वापरण्याचा कंटाळा करू नये. कार्यालयीन तसेच; इतर कर्मचाऱ्यांनी आणि सर्वच नागरिकांनी, घरी गेल्यावर

विशेष काळजी घ्यावी आणि सर्व आवश्यक त्या गोष्टी पाळाव्यात. आपल्या आयुर्वेदिक मंत्रालयाने सुचविलेल्या अनेक सुंदर गोष्टी आहेत :

१) हळद टाकून गरम पाणी गुळण्या करणे. यालाच; " गोल्डन वॉटर" म्हणतात.

२) हळद आणि सुंठ टाकून गरम दूध पिणे, यालाच; "गोल्डन मिल्क" म्हणतात.

३) खोबरेल तेल किंवा तिळ तेल किंवा मोहरीचे तेल नाकात दोन थेंब सोडणे.

४) दोन ते तीन मिनिटे खोबरेल तेल किंवा तिळाचे तेल तोंडात धरून नंतर थुंकणे आणि लगेच गरम पाण्याच्या गुळण्या करणे.

५) रोज दहा ग्रॅम च्यवनप्राश खाणे.

६) काळी मिरी, काळे मनुके, दालचिनी, सुंठ, तुळशीची पाने, गुळ हे सर्व दहा मिनिटे पाण्यात उकळावे आणि त्यातून तयार झालेला आयुर्वेदिक काढा प्राशन करणे.

७) रोज नियमितपणे तीस मिनिटे योग्य मार्गदर्शन घेऊन योगासने, ध्यानधारणा, प्राणायाम करणे.

८) रोज एक "आवळा" कोणत्याही स्वरूपात खाणे.

९) "आर्सेनिक अल्बम थर्टी " या गोळ्या सल्ल्यानुसार खाणे.

१०) "संशमनी वटी", या गोळ्या रोज सकाळी संध्याकाळी एक-एक अशा पद्धतीने पंधरा दिवस सल्ल्यानुसार खाणे.

११) बाहेरचे अन्न अजिबात न खाता घरात शिजवलेला पौष्टिक गरम आहार घ्यावा.

१२) वारंवार गरम पाणी पिणे, तसेच; गरम पाण्याची वाफ घ्यावी.

१३) मास्क वापरणे, सामाजिक अंतर आणि वारंवार हात धुणे.

१४) जेवण करीत असताना, कमीत कमी बोलणे.

१५) अश्वगंधा गोळी रोज सकाळ-संध्याकाळ असे पंधरा दिवस खाणे.

१६) वैयक्तिक स्वच्छता आणि सामाजिक स्वच्छता कटाक्षाने पाळावी.

१७) सुशिक्षित नागरिकांनी जनप्रबोधन करणे.

१८) ग्राम सुरक्षा समिती तसेच; शहरांमधून प्रभाग समिती यांना सहकार्य करणे.

१९) सार्वजनिक ठिकाणी गर्दी करू नये.

२०) रस्त्यावर थुंकू नये.

२१) लहान मुले, ज्येष्ठ नागरिक आणि दिव्यांग व्यक्ती यांची विशेष काळजी घ्यावी.

२२) कोणतेही लक्षण आढळल्यास त्वरित डॉक्टरांशी संपर्क साधावा.

२३) गिलोय गोळी अथवा पावडर, शतावरी पावडर यांचे मार्गदर्शनानुसार सेवन करणे.

२४) वेळेवर लसीकरण करणे. ही आता जीवनशैली व्हायला हवी.

गावोगावी ग्राम समिती तसेच शहरातून वेगवेगळे प्रभाग विलगीकरणसाठी कष्ट घेत आहेत. विलगीकरण प्रक्रियेला पूर्ण सहकार्य करणे गरजेचे आहे. बाहेरून आलेल्या नागरिकांवर करडी नजर ठेवावी आणि आपले कर्तव्य बजावावे. "स्वच्छता" सर्वप्रकारे सर्व ठिकाणी पाळणे; हा तर आपला रोजचा मूलमंत्र बनला पाहिजे. राष्ट्रसंत तुकडोजी महाराज आणि संत गाडगेबाबा यांचे संस्कार असलेला आपला समाज आहे.म्हणूनच स्वच्छता हा आपला "जीवितधर्म" बनवावा. जेणेकरून संसर्ग रोखला जाईल. विषाणूचा संसर्ग पूर्णपणे नष्ट झालेला नाही. साखळी पूर्णपणे तुटलेली नाही. परस्परातील मतभेद विसरून सर्वांनी मिळून मुकाबला करणे गरजेचे आहे. प्रत्येक गाव आणि प्रत्येक शहर हे जणू "एक राष्ट्र" बनणार आहे. बाधित झालेले आणि त्यानंतर बरे झालेले तसेच; संपर्कात येऊन अथवा प्रवास करुन विलगीकरण असलेल्या नागरिकांशी अत्यंत आपुलकीने वागणे गरजेचे आहे. मनाचा संकुचितपणा: माझे घर, माझी गल्ली आणि फक्त माझा गाव असा विचार अत्यंत धोक्याचा ठरणार आहे.संत ज्ञानेश्वर माउलींनी "हे विश्वची माझे घर "असा एकात्म संस्कार महाराष्ट्रावर केला आहे, हे आपण विसरता कामा नये. "मला काय त्याचे", अशी बेफिकीर वृत्ती असणे बरोबर नाही. आपल्या राज्यात गावोगावी ज्ञानेश्वरीचे पारायण होते. तुकोबांच्या अभंगाची तर सुभाषिते झाली आहेत... हे सर्व लक्षात घेता आता एकमेकांसाठी झटणे, गावाचा विचार करणे गरजेचे बनले आहे.आरोग्य, पोलीस, महसूल प्रशासनाला, अंगणवाडी सेविका, आशाताई, आरोग्य सेवक, आरोग्य सेविका, आरोग्य केंद्रांमधील सर्व सहकारी, पोलीस जीवावर उदार होऊन,

प्रत्यक्ष समाजात जाऊन; घरोघरी जाऊन काम करीत आहेत. जिल्हाधिकारी, जिल्हा परिषदेचे मुख्य कार्यकारी अधिकारी, जिल्हा शल्यचिकित्सक, जिल्हा आरोग्य अधिकारी, जिल्हा पोलीस अधीक्षक, जिल्हा माहिती अधिकारी अशा जबाबदार अधिकार्यांपासून त तळागाळातल्या कर्मचाऱ्यांपर्यंत सर्वजण अत्यंत तळमळीने समाजासाठी झटत आहेत. कार्यालयातून काम करणारे कर्मचारी, तसेच; सामाजिक काम करणाऱ्या संस्था, सामाजिक कार्यकर्ते इतकेच नव्हे तर; पत्रकार बंधू सुद्धा जीवावर उदार होऊन स्वतःचे कर्तव्य बजावत आहेत. "ग्राम समिती" आणि शहरातील "प्रभाग समिती" यांना सर्व बाबतीत सहकार्य करावे. फेसबुक, व्हाट्सएप, इंस्टाग्राम अशा समाज माध्यमांचा वापर अत्यंत सकारात्मक आणि प्रबोधनासाठी करावा. कलाकार, लेखक, गायक, विविध प्रकारचे तंत्रज्ञ इत्यादी जबाबदार घटकांनी आपल्या कलेचा वापर, सर्व नियम पाळून; समाजात जागृती साठी करावा. गावोगावी सरकार तर्फे आयोजित केलेल्या प्रशिक्षणाला प्रतिसाद द्यावा. त्यासोबतच अत्यंत महत्त्वाचा मुद्दा मांडावासा वाटतो की; सुशिक्षित नागरिक, तसेच; शिक्षण घेत असलेले तरुण-तरुणी तसेच; इतर जागरूक यांनी नियंत्रण करण्याचे सर्व नियम स्वतः जाणून घ्यावेत आणि त्याचा आपल्या कमी शिकलेल्या, कामगार इत्यादी बंधूंपर्यंत प्रसार करावा. दिव्यांग, गर्भवती स्त्रिया, वृद्ध, लहान मुले इत्यादी घटकांची विशेष काळजी घ्यावी. हे आपले राष्ट्रीय कर्तव्य समजून करावे. आपण गेले सहा महिने प्राणपणाने मुकाबला करीत आहोत.आपण मुक्त होणार आहोत. संपूर्णपणे काळजी घेत असताना दारू, सिगारेट ,तंबाखू अशा व्यसनांपासून सुद्धा पण

दूर राहिले पाहिजे. एकंदरीतच ; आपुलकी, मानवता, शासन, प्रशासनाबद्दलचा आदर, आपल्या देशबांधवांवरील प्रेम आणि त्यांना केलेले जीवापाड सहकार्य, या सर्व मुल्यांचा अवलंब करून या महासंकटावर आपण मात करू या.... व्यक्तिगत तसेच कौटुंबिक काळजी घेणे आणि राष्ट्रीय कर्तव्य समजून समाजाचा विचार करणे, तसेच; ज्या गोष्टी आपल्याला माहित आहेत, त्या त्या चांगल्या गोष्टींचा प्रसार करणे; या गोष्टी केल्या तर, आपण २०२१ हे वर्ष "कोरोनामुक्तीचे वर्ष" म्हणून साजरे करणार आहोत, हे निश्चित..!

डॉक्टर बाबासाहेब आंबेडकर : शिक्षणप्रेमींचे दीपस्तंभ

6 डिसेंबर: महापरिनिर्वाण दिन

डॉक्टर बाबासाहेब आंबेडकर यांचे जीवन म्हणजे केवळ यशस्वी पुरुषाचा आलेख नसून तो एक संपूर्ण विश्व समोरील आदर्श वस्तुपाठ आहे. आजन्म विद्यार्थी असावे असे कायमच विद्वानांकडून आणि सामाजिक तसेच; शैक्षणिक अभ्यासकांकडून नेहमीच सांगितले जाते. विद्यार्थ्यांनी ज्यांचे पूजक असावे, असे अनेक महापुरुष अजूनही दीपस्तंभाप्रमाणे आहेत. दलित, पीडित, वंचित, शोषित यांच्या उत्थानासाठी अखेरच्या श्वासापर्यंत लढलेले डॉक्टर बाबासाहेब आंबेडकर हे संपूर्ण जगाला मार्गदर्शक, तत्त्वज्ञ आणि सामाजिक शिक्षक आहेत. सर्व विद्यार्थ्यांनी बाबासाहेबांचे पूजक असलेच पाहिजे. त्याग, अभ्यास, अखंड ज्ञानसाधना अशी वैशिष्ट्ये विद्यार्थ्यांकडून अपेक्षित असतात; ही सर्व वैशिष्ट्ये डॉक्टर बाबासाहेब आंबेडकर यांच्या व्यक्तिमत्त्वात

एकवटली होती. म्हणूनच ७ नोव्हेंबर हा दिवस "शाळा प्रवेश दिन" म्हणून साजरा केला जातो. तर, त्यांची जयंती हा 'ज्ञान दिन' म्हणून साजरा केला जातो. मध्यप्रदेशात महू येथे १८९१ मध्ये जन्मलेल्या बाबासाहेबांनी अखेर पर्यंत म्हणजेच ६ डिसेंबर १९५६ पर्यंत आयुष्यभर प्रचंड अपमान हाल-अपेष्टा सहन करत शिक्षण घेतले. हे शिक्षण कधीही भौतिक सुखासाठी नव्हते. आपल्या समाजातील वंचितांना, शोषितांना न्याय मिळवून देण्यासाठी शिक्षण घेणे आवश्यक आहे, हा त्यांचा शुद्ध हेतू होता. मुळात शिक्षणाचा हेतू असाच असावा लागतो; म्हणूनच विद्यार्थ्यांनी बाबासाहेबांचे पूजक असले पाहिजे. पोटार्थी शिक्षण काहीच उपयोगाचे नाही. हे शिक्षण कदाचित पोट भरेल; पण तुमचे हृदय आणि मन समाधानी राहणार नाही, हे विचार चाणाक्ष बाबासाहेबांनी लहानपणापासूनच मनात रुजवले होते. प्रचंड विरोधाचा आणि प्रचंड विपरीत परिस्थितीचा सामना करत बाबासाहेबांनी एम. ए., अर्थशास्त्रातली दलीत, पीएच. डी, बॅरिस्टर अशा अनेक पदव्या मिळवल्या. या पदव्या घेत असताना ज्ञानाची लालसा आणि चौफेर व्यक्तिमत्त्व घडवणे या दोन्ही हेतूंनी बाबासाहेब भारावले होते. म्हणूनच ते जगातले सर्वोत्कृष्ट आदर्श विद्यार्थी होते. आजचा एकविसाव्या शतकातला विद्यार्थी हा बाबासाहेबांचा म्हणूनच पूजक असला पाहिजे. एखादी पदवी मिळवली तरी आज; "मला नोकरी मिळत नाही", म्हणून समाज व्यवस्थेबद्दल नाराजी व्यक्त करणारा विद्यार्थी पाहिला की बाबासाहेबांच्या निरपेक्ष कार्यकर्तृत्वाची तीव्रतेने आठवण येते. प्रचंड दारिद्र्य आणि अवहेलना यांचा सामना करत, घरातील असंख्य संकटांना सामोरे जात, बाबासाहेबांनी अखंड शिक्षण घेतले. त्यांना माता रमाबाई आंबेडकर यांनी फार मोठी साथ

दिली. आई-वडिलांचा तसेच इतर मोठ्या व्यक्तींचा घरातून आशीर्वाद मिळाला. केवळ उपचाराला पैसे नाहीत म्हणून त्यांची मुले देवाघरी गेली. तरी त्यांनी आणि रमाबाईंनी धीर सोडला नाही. बाबासाहेबांनी शिक्षण चालूच ठेवले. रमाबाईंनी सुद्धा बाबासाहेबांच्या शिक्षणात खंड पडू नये म्हणून त्या माऊलीने भयंकर संकटे एकटीने पचवली .परंतु, बाबासाहेबांना कोणताही त्रास दिला नाही. या सर्व बाबी लक्षात घेतल्या तर आजच्या विद्यार्थ्याला नक्कीच शिक्षणाचे मर्म आणि महत्त्व लक्षात येईल. शिक्षण घेण्यासाठी, ज्ञान मिळवण्यासाठी असीम त्याग असावा लागतो. हा त्याग बाबासाहेबांच्या रोमारोमात भिनलेला होता आणि रमाबाईंच्या जीवनाच्या प्रत्येक क्षणात मुरलेला होता. मनात आले असते तर बाबासाहेबांनी स्वतः विद्वत्तेच्या जोरावर खूप मजेत आयुष्य घालवले असते. परंतु त्यांनी शिक्षणाचा उपयोग हा अखंडपणे वंचितांच्या, शोषितांच्या, दलितांच्या उद्धारासाठी केला. 'द प्रॉब्लेम ऑफ रुपी', 'कास्ट इन इंडिया', 'द अनटचेबल्स', 'थॉट्स ऑन पाकिस्तान', 'बुद्ध अँड हिज धम्म 'अशी अनेक आशयघन आणि ज्ञानप्रचुर पुस्तके, ग्रंथसंपदा त्यांनी निर्माण केली. त्यांचे संस्थात्मक योगदानही मोठे होते. विद्यार्थ्यांनी लक्षात घेतले पाहिजे की संस्था केवळ पोट चालवण्यासाठी आणि नाव कमविण्यासाठी नसतात. तर जनतेच्या भल्यासाठी असतात. त्यांनी मूकनायक साप्ताहिक १९२० मध्ये सुरू केले. राजर्षी शाहू महाराज आणि महाराजा सयाजीराव गायकवाड यांचा विश्वास संपादन केला. छत्रपती शाहू महाराजांच्या मदतीने इंग्लंडला आणि महाराजा सयाजीराव गायकवाड यांच्या मदतीने अमेरिकेला उच्च शिक्षण घेतले. येथे विद्यार्थ्यांनी लक्षात घेतले पाहिजे की कोणीही स्वतःहून

आपल्या मदतीला येत नाही. आपण आपल्या व्यक्तिमत्त्वामध्ये पात्रता निर्माण करून आपल्या ज्ञानलालसेने मदत खेचून आणली पाहिजे. आपल्या चांगुलपणाने, आपल्या नम्र वागण्याने आणि आपल्या मधुर वाणीने खूप मोठ्या व्यक्ती सुद्धा आपल्या जवळ येऊन आपल्याला मदत करू शकतात. हेच बाबासाहेबांच्या व्यक्तिमत्त्वातून आणि जीवनपटातुन दिसून येते. विद्यार्थ्यांनी अखंड संघर्ष केला पाहिजे. हे सुद्धा बाबासाहेबांच्या जीवनातून घेण्यासारखे तत्त्व आहे. बाबासाहेबांनी अखंड संघर्ष केला. शिका, संघटित व्हा आणि संघर्ष करा हा त्यांचा मूलमंत्र होता .यातील "शिका" या शब्दातूनच "विद्यार्थी व्हा" असा अर्थ ध्वनित होतो. १९30 मध्ये त्यांनी जनता वृत्तपत्र सुरू केले. १९५६ मध्ये त्याचे नामांतर प्रबुद्ध भारत असे झाले. बाबासाहेब केवळ लेखकच नव्हते. केवळ निष्णात वकीलच नव्हते. केवळ उत्कृष्ट वक्ते नव्हते. तर ते पत्रकार सुद्धा होते. आजच्या विद्यार्थ्याने बाबासाहेबांची पूजा याच साठी केली पाहिजे की चौफेर व्यक्तिमत्त्व कसे असावे याचे बाबासाहेब म्हणजे संपूर्ण जगासमोरील जिवंत उदाहरण आहे.एका बाजूने आदर्श विद्यार्थी, दुसऱ्या बाजूने उत्कृष्ट शिक्षक, तिसऱ्या बाजूने उत्कृष्ट वकील तर चौथ्या बाजूने लेखक आणि पत्रकार असा त्यांचा प्रवास समाज सेवेकडे झुकत चालला होता. शिक्षणाचा अंतिम अर्थ समाजसेवा, अंतिम ध्येय समाजप्रवण दृष्टिकोण हेच आहे. विद्यार्थ्यांनी स्वार्थी दृष्टिकोनातून शिक्षण घेतले तर उत्कृष्ट गुण तर मिळणारच नाहीत शिवाय खरे ज्ञानही मिळणार नाही आणि अंतिमतः निराशाच पदरी पडते. परंतु बाबासाहेबांनी आपल्या शिक्षणाचा संपूर्ण उपयोग समाजासाठी करून ज्ञान आणि शिक्षण यांचे खरे कार्य काय आहे, हे जगासमोर दाखवून दिले

हे विद्यार्थ्यांनी ध्यानी घ्यायची गरज आहे. २ वर्षे ११ महिने १८ दिवस इतके दिवस रात्रंदिवस राबून त्यांनी भारताची राज्यघटना लिहिली. हे प्रचंड आणि महान कार्य होते. १९४९ मध्ये ही घटना स्वीकारली तर २६ जानेवारी १९५० ला राज्यघटना अमलात आली. त्याअगोदर मजूर पक्षाची स्थापना, मूकनायक वृत्तपत्र सुरू करणे असो की जनता वृत्तपत्र सुरू करणे असो; अशा सर्व टप्प्यांवर बाबासाहेबांनी अखंड संघर्ष केला. कौटुंबिक पातळीवर असो की सामाजिक पातळीवर असो अथवा राजकीय पातळीवर असो सर्व बाजूंनी त्यांचा संघर्ष टोकदार होत गेला . कधीही त्यांना भौतिक सुखाचा निवांतपणा मिळाला नाही आणि त्यांनी तो मिळत असून सुद्धा स्वीकारला नाही. विद्यार्थ्यांनी हेच लक्षात घेतले पाहिजे.शिक्षण घेऊन मला काय मिळेल असा संकुचित दृष्टिकोन ठेवणारे बाबासाहेब नव्हते; हे आजच्या विद्यार्थ्यांनी प्रकर्षाने लक्षात घेतले पाहिजे. कर्मवीर भाऊराव पाटील, संत गाडगेबाबा अशा महान व्यक्तींशी बाबासाहेबांचा संपर्क होता.त्यांच्यावर बाबासाहेबांचे आणि बाबासाहेबांवर अशा महान व्यक्तींचे प्रचंड प्रेम होते. एका प्रचंड गरीब कुटुंबात जन्मलेला मुलगा महान संतांच्या प्रेमाला पात्र होतो; याचा अर्थ हा शिक्षणाचा खूप मोठा विजय आहे. हे आत्ताच्या विद्यार्थ्यांनी लक्षात घेणे गरजेचे आहे.बाबासाहेबांनी भरपूर पुस्तके लिहिली. खूप संस्था काढल्या. खूप पदव्या मिळवल्या. हा भाग तर महत्त्वाचा आहेच. परंतु; हे सर्व करण्यामागील त्यांची तत्त्वे आणि प्रेरणा काय होती, हे मात्र विद्यार्थ्यांनी खास करून लक्षात घेतले पाहिजे. महात्मा गांधी यांच्याबरोबरचा पुणे करार असो की हिंदू कोड बिल असो अशा खूप मोठ्या प्रसंगातून बाबासाहेब घडत गेले. त्यांनी संघर्ष केला .मनुस्मृतीचे दहन असो की महाडचे

चवदार तळ्याचे आंदोलन असो अशा ठिकाणी बाबासाहेबांच्या व्यक्तीमत्वाचा, बुद्धीचा, ज्ञानाचा कस लागला. तिथे त्यांचे ज्ञान आणि शिक्षण उजळून निघाले. व्यक्तिमत्त्व जागतिक झाले. त्यांच्या व्यक्तिमत्त्वाला वैश्विक परिमाण लाभले. हे सर्व लक्षात घेता आजच्या विद्यार्थ्यांनी बाबासाहेबांकडून प्रचंड अभ्यास, ध्येयाची आसक्ती, सहनशीलता, समर्पणशीलता, पराकोटीची नम्रता या गुणांबरोबरच समाजाविषयी प्रेम आणि वंचित, पीडित आणि शोषित बांधवांच्या उद्धाराची प्रचंड तळमळ हे गुण आत्मसात केले पाहिजेत.हीच खरी बाबासाहेबांना श्रद्धांजली ठरेल.

जपूया, मूलभूत मानवी मूल्ये..!

आपण अनेक संकटे झेलली आणि प्रगती सुद्धा पाहिली....या पार्श्वभूमीवर एक सामाजिक विचार मंथन करणारा परखड भाषेतील हा रोखठोक लेख....

प्रसंग क्रमांक १ ---सकाळचे सात वाजून गेले आहेत तेरा वर्षाचा मुलगा अजूनही अंथरुणात लोळत पडला आहे. आई त्याला माझा लाडू, माझा बाबा म्हणून उठवायचा प्रयत्न करीत आहे. तरीही तो लवकर उठत नाही. त्यानंतर आई दुधाचा पूर्ण भरलेला ग्लास त्याला अंथरुणात नेऊन देते. ब्रश न करता तो मुलगा एक ग्लासभर दूध गट्टम पिऊन टाकतो आणि आईवर उपकार केल्यासारखा अंथरुणातून एकदाचा उठतो.... प्रसंग क्रमांक २ ---चाळीशी उलटलेला मुलगा घरात लोळत पडला आहे. रविवार आहे.मुलाला मटन खूप आवडते. आई सकाळी सात वाजल्यापासून मटणाच्या दुकानात रांग लावण्यासाठी गेली आहे.प्रसंग क्रमांक ३ ---रात्रीचे नऊ वाजले आहेत. जेवणे झाली आहेत. आपापली जेवलेले ताटे

उचलून ठेवण्याच्या वेळी आई मुलीला म्हणते,"सगळ्यांची ताटे उचलून ठेव " परंतु मुलाला हे सांगत नाही. तो ताटावरून उठतो आणि सोफ्यावर आडवा पडून कुठलीतरी बटबटीत हिंदी मालिका बघत बसतो. प्रसंग क्रमांक ४---- दारू ढोसून पोरगा रात्री उशिरा घरी येतो. त्याचे अंथरूण आई तयार ठेवते आणि सकाळ तो मुलगा जेव्हा उठतो तेव्हा आई-बाबा या "लाडाच्या रेड्याला" काही बोलत नाहीत. सुनेकडून मात्र स्वयंपाकाला थोडा उशीर झाला तरी सासू नागीनीसारखी फणा काढते.हे चार प्रसंग आपल्या समाजात प्रातिनिधिक आहेत. मुलांवर संस्कार करणे हा भाग भारतीय संस्कृतीत पुरातन असला तरी अगदी अलीकडे लाडोबा झालेली अनेक मुले घराघरात लोळत पडलेली दिसतात ...मुलींनी मात्र अंथरूण-पांघरूण, त्याच्या घड्या घातल्या पाहिजेत, त्याही फक्त स्वतःच्या नव्हे सर्वांच्याच; तसेच घरातले लोटून झाडून तिनेच काढले पाहिजे. सातच्या आत घरात मुलींनेच आले पाहिजे. २०१२ ते २030 या येणाऱ्या १० वर्षात आपल्याला मानवी संस्कार मूलभूत मानवी मूल्य जपण्या कडे लक्ष दिले पाहिजे पर्यटन बांधकाम कृषी सर्वत्र आपण झेप घेत राहू शंकाच नाही कलाक्षेत्रात सुद्धा महाराष्ट्र अथवा भारत मागे नाही विज्ञानात सुद्धा आपण पुढे आहोत क्रीडा क्षेत्रात सुद्धा आपली प्रगती वाखाणण्याजोगी आहे. परंतु हा सर्व विचार करताना मूलभूत मानवी संस्कार जपण्याकडे ही तेवढेच लक्ष दिले पाहिजे. सुप्रसिद्ध धर्मगुरू दलाई लामा म्हणतात, "इमारती उंच झाल्या, मात्र माणसे खुजी झाली. "म्हणूनच तुलनेसाठी मुलगा-मुलगी हा भेदभाव लेखाच्या सुरुवातीला घेतला आहे. मुलगा उंडगेगिरी करत रात्री धाब्यावर बिअर ढोसत बसला तरी चालतो. वंशाचा दिवा भरचौकात खानदानाची इज्जत

काढतो. तरीसुद्धा या दिव्याची मशाल हातात घेऊन आईबाप नाचत असतात. परंतु मुलीकडून थोडी चूक झाली तरी तिच्या नावाने शिमगा केला जातो.. अलीकडच्या काळात भारतामध्ये निर्भया, प्रियंका रेड्डी अशी अनेक उदाहरणे झाली. ज्यामध्ये स्त्रीच्या अब्रूसह तिच्या शरीराच्या चिंधड्या उडवून जाळण्यात आले. हे सर्व करणारे जवान पुरुष होते किंबहुना ती मुले होती परंतु त्यांना लाडोबा करणारी आई ही मुलगी होती कधीकाळी, हे विसरून चालणार नाही...!!! त्यामुळे मुलांवर संस्कार करणे हा मुलींवरील अत्याचार रोखण्याचा अत्यंत जालीम, मुलभूत, सुंदर आणि गरजेचा उपाय आहे! घरात आलेल्या पाहुण्याला पाण्याचा तांब्या भरून देण्याची जबाबदारी फक्त मुलींची असते. मुलाला ते सांगितले जात नाही. कारण मुलगा हा लाडावलेला दिवा असतो त्याने तांब्या भरून दिला तर त्याचे हात झडतील, कदाचित त्याला कुष्ठरोग होऊन हातसुद्धा पडतील, अशी आई-बापाला भीती वाटत असावी आणि मुलीने मात्र काम केले नाही की ती असंस्कारी आहे. तिला आई-बापांनी काही शिकवले नाही असे तिच्या सासरची मंडळी म्हणतील असा धाक दाखवून तिच्यावर संस्कार लादले जातात...बिन्डोक पोरगा चार विषयात नापास झाला तरी चालतो. कारण तो शेवटी आपल्याला अग्नी देणार आहे. म्हणजेच आपल्या मेलेल्या शरीराला पेटवणार आहे असे आईबाप चुलता-चुलतीची अशा सर्व तमाम अनुभवी पालकांना वाटत असते. पण मुली सुद्धा चितेला अग्नी देऊ शकतात. हे मात्र त्यांच्या त्यांच्या ध्यानी येत नाही. भर जिवंतपणी दारू पिऊन, सिगारेट ओढून चार वेळा शाळेत नापास होऊन गुंडगिरी करणारा मुलगा हा वंशाचा दिवा ठरतो आणि स्वतःचे स्वतः करून घरातील कामे उरकून स्वयंपाकाला मदत

करून शाळेत कॉलेजात जाऊन माहेरी सुद्धा नोकरी करून हातभार लावणारी मुलगी ही घरच्यांना अत्यंत सामान्य वाटते. बापाच्या मुस्कटात जरी पोराने लहानपणी मारली तरी त्याच्याकडे कौतुकाने पाहिले जाते आणि मुलीने अशी काही आगळीक केली तर तिला मारले जाते. बापाच्या मुस्कटात मारणारा हाच मुलगा पुन्हा बापाला घराबाहेर काढून कोर्टात सुद्धा इस्टेटी साठी खेचतो; तरीही हा वंशाचा दिवा घरची मंडळी मिरवत राहतात. हा वंशाचा दिवा कधी वागायला चुकला, बोलायला चुकला आणि सून जर त्याला काही म्हणाली तर आईबापाचे घरातल्या सगळ्यांचेच पित्त खवळते. कारण हा दिवा बिचारा नाराज होईल. परंतु हाच दिवा स्वतःच्या अवगुणांनी घराला वैचारिक आग लावतो आणि घराची इज्जत अवघ्या पंचक्रोशीत काढतो ते मात्र घरातल्यांना चालते. मुलांनी प्रेम केले तरी चालते मुलीला जर कोण आवडल तर ते मात्र चालत नाही तिथे इज्जत हीच सर्वोच्च कल्पना आहे...स्त्रियांची इज्जत करावी हे मुलांना शिकवण्याकडे सोयीस्कर दुर्लक्ष केले जाते. कारण त्यात शिकण्यासारखे काय आहे? असे बिचाऱ्यानादान आईबापांना उगीचच वाटते मुलगा हुशारच आहे. असा जणू त्यांना ठाम विश्वास असतो. जगात स्वामी विवेकानंद, संत ज्ञानेश्वर, शिवाजी महाराज यांच्या नंतर आपलाच मुलगा आहे जणू अशा थाटात आई बाप आमचा बाळ्या खूप हुशार असे गावात मिरवत राहतात...एक दिवस तो चोरी करताना सापडतो. दारू पिऊन बायकोला मारतो. आईला सुद्धा शिव्या देतो. तेव्हा आई बापाचे डोळे खाडकन उघडतात. मुलींवर होणाऱ्या अत्याचाराचा मागे अनेक कारणे आहेत. याची मीमांसा चहूबाजूंनी केली पाहिजे. अगदी स्त्रियांच्या बाजूने सुद्धा केली पाहिजे. मुलांचे लाड

करून त्यांना हलकट लाडोबा बनवणाऱ्या आई-बाबांपैकी आई ही सुद्धा एक स्त्री असते. कधी काळी मुलगी असते. परंतु; हीच स्त्री नव्या होऊ घातलेल्या स्त्रीला म्हणजेच मुलींना कमी लेखते ..!!! त्यावेळी वाईट वाटते. भरचौकात गल्ली मध्ये हलकटपणा करत पोरगा रात्री अकरा बाराला कधीतरी घरात येतो तेव्हा आई दार उघडून तयार असते कारण माझ्या बाबाला जेवायचे आहे..!! बिचारा उपाशी राहिला तर जग बुडेल अशी भीती बिचाऱ्या आईला वाटते...कधीकधी बापच तडफडतो. परंतू बापाला अंधारात ठेवून आई या पोटच्या नालायक गोळ्याला भरगच्च खाऊ घालते आणि सून मात्र राहिलेली अर्धी भाकरी थोड्याशा भाजीबरोबर छोट्याशा ताटात खात असते हे सासूला चालते. कारण, बरमुडा घालून भर हॉलमध्ये सोफ्यावर आडवे पडून आचकट विचकट टीव्हीचे कार्यक्रम बघणारा मुलगा हा आई बापाला कौतुकास्पद वाटतो. आणि स्वयंपाक करत करत एखादी मालिका बघण्यासाठी हॉलमध्ये कसेबसे डोकावणारी सून सुद्धा त्यांना नको असते. अरे जाऊ द्या हो, तो दारू पीत नाही तो बियर पितो... बियर ही दारू नाही.. कधीतरी घेतो हल्ली... तेवढे चालतेच... असे म्हणणारे शुद्ध नालायक पालक सुद्धा कमी नाहीत. मुलाला शुभंकरोती किंवा पसायदान म्हणायला लाज वाटते. मुलीने मात्र देव पूजा केली पाहिजे. मुलाला सगळे हिरोईन ची नावे पाठ आहेत. परंतु; पसायदानाचा अर्थ सुद्धा माहित नाही. किंबहुना पसायदान कोणी लिहिले, हे सुद्धा या वंशाच्या दिव्याच्या खिसगणतीत नाही. बेटी बचाओ बेटी पढाओ या चळवळीला खऱ्या अर्थाने जोरकस यश मिळायचे असेल तर, संस्कारी मुले गरजेची आहेत, जी बंधुभाव सांभाळतील. मुलींचे संरक्षण करायचे असेल तर तिला संरक्षणाचे धडे दिले पाहिजेत.

तिला शिकवले पाहिजे. हे जितके खरे आहे तितकेच मुलांना जर लहानपणापासून मुलींची इज्जत करायला शिकवले, त्यांच्याशी कसे वागायचे हे शिकवले तर पुढील प्रश्न उद्भवणार नाहीत..!!! आपण सर्व क्षेत्रात प्रगती करीत असताना संस्कार होणे गरजेचे आहे संपूर्ण जगामध्ये २०० देश आहेत लोकसंख्या साधारण ७९० कोटी आहे महाराष्ट्राची लोकसंख्या १४ कोटींच्या आसपास आहे. विचार करता आपला भारत आपला महाराष्ट्र संपूर्ण जगाला दिशा दाखवू शकतो. तो दाखवला आहे संत ज्ञानेश्वर, संत तुकाराम, संत रामदास यांच्यापासून बाबा आमटे, डॉक्टर अभय बंग, डॉक्टर रवींद्र कोल्हे अशा समाजसेवक पर्यंत सर्वांनी समाजाला दिशा दिली आहे महात्मा फुले, डॉक्टर बाबासाहेब आंबेडकर, पाटील व्यक्तींनी महाराष्ट्राला घडवले आहे. छत्रपती शिवाजी महाराज यांचा आदर्श महाराष्ट्रासमोर आहे. विचार करता जरी आपण कितीही प्रगती केली तरी माणुसकी प्रेम सहकार्य केले नाही तर होणाऱ्या प्रगतीला काही अर्थ राहणार नाही. म्हणूनच २०२१ ते २०३० या येणाऱ्या दहा वर्षात आपण जेवढे सर्वांगीण प्रगती कडे लक्ष देणार आहोत तितकीच लक्ष प्रेम माणुसकी आपुलकी सहकार्य अशा मानवी मुल्यांच्या जपणूकीकडे दिले पाहिजे. आज अनेक ठिकाणी सामाजिक शैक्षणिक आणि प्रबोधन पर उपक्रम राबवले जातात ते जर वाढवले तर आपल्या प्रगतीला एक वेगळीच झळाळी येईल. विविध क्षेत्रांत प्रगती करीत असताना जर मानवता हरवली तर त्या प्रगतीला काही अर्थ उरणार नाही. एक कोरडेपणा निर्माण होईल. जो आपल्यासारख्या माणुसकी प्रिय देशातील नागरिकांना सहन होणार नाही. "हे विश्वची माझे घर" असे संत ज्ञानेश्वरांनी ज्ञानेश्वरी मध्ये म्हटले आहे. म्हणजेच ही वैश्विक

संकल्पना आहे. संपूर्ण विश्व म्हणजेच घर म्हणणारे आपले महान विचार आहेत. विविध क्षेत्रात भरारी घेत असताना संत, समाजसेवक, समाजसुधारक तसेच; अत्यंत तळमळीने काम करणारे शिक्षक अशा घटकांना जवळ केले पाहिजे. त्यांचे विचार विसरून उपयोग नाही. केव्हा जयंती साजरी करणे, पुण्यतिथी पाळणे आणि विविध उपक्रम तात्पुरता घेणे हे उपयोगाचे ठरणार नाही. नव्या पिढीवर आपल्या सुंदर इतिहासाचे सुंदर संस्कार झाले पाहिजेत. जेणेकरून केवळ भौतिक सुखात ही पिढी रमणार नाही. आणि खऱ्या जीवनाचा अर्थ त्यांना समजेल. त्यांना देखील स्वतःच्या जीवनाचा आनंद घेता येईल आणि आपण विविध क्षेत्रात झेप घेणार आहोत, ती झेप खऱ्या अर्थाने झळाळून उठेल..!!

अरे संसार संसार, जसा तवा चुल्ह्यावर...!

मन वढाय वढाय, उभ्या पिकातलं ढोर.. किती हाकला हाकला, फिरुनी येती पिकावर ... अशा साध्या रसाळ भाषेत कविता लिहिणार्या कवयित्री बहिणाबाई चौधरी यांना पुण्यतिथी निमित्त विनम्र अभिवादन.. आज बेटी बचाओ बेटी पढाओ अभियान आपण उत्साहात राबवत असताना बहिणाबाई यांच्यासारख्या प्रतिभाशाली साहित्यिक स्त्रियांनी खऱ्या अर्थाने वैचारिक परिवर्तन सुरू केले होते. "अरे माणसा माणसा, कधी होशील माणूस "अशी आर्त हाक बहिणाबाई यांनी दिली. माणुसकी लागलेली ओहोटी त्यांच्या काळजाला चटका देत होती. म्हणूनच रुढार्थाने निरक्षर असूनही त्यांना असे काव्य स्फुरले. त्यांना त्यांच्या मैत्रिणीने विचारले की तुला सुचते कसे? तेव्हा बहिणाबाई म्हणाल्या, "माझी माय सरसोती, माले शिकवते बोली माझ्या मनात तिने किती गुपिते पेरली" शेतात काम करणार्या बहिणाबाईंचा वैश्विक विचारांचा आवाका आपल्या चटकन ध्यानी येतो.माणसाचा

आणि समाजाचा अभ्यास त्यांच्या कवितांमधून डोकावतो. कविता किती केल्या, हे महत्त्वाचे नाही. त्यांच्या कविता कमी आहेत. "त्या महाराष्ट्राच्या बावनकशी सोन्याप्रमाणे आहे, असे स्वतः प्र.के. अत्रे म्हणाले होते. "खोप्यामध्ये खोपा सुगरणीचा चांगला देखा पिलासाठी तिने जीव झाडले टांगला "बहिणाबाईंनी मातृत्वाला अनोखे वंदन केले आहे. एका आईची तळमळ, कष्ट आणि अपार सहनशीलता यांचे वर्णन केवळ काही शब्दात करावे तर बहिणाबाईंनी...!! त्यांचे शब्द प्रभुत्व, भावनाशीलता, समाज शीलता या सर्व गुणांचा आरसा म्हणजे त्यांच्या कविता आहेत. कविता लिहायचे म्हणून त्यांनी लिहिल्या नाहीत तर ते सहज स्वयंस्फूर्तीने सुचलेले अस्सल आणि रसरशीत जीवनकाव्य आहे. जगातल्या प्रत्येक गोष्टीचा जन्मः अर्थपूर्ण आहे. प्रत्येक गोष्टीचे एक महत्त्व आहे. म्हणूनच त्या म्हणतात, "भुकेल्या पोटी झोपविते तिला रात म्हणू नये, दान देण्यास आखडतो त्याला हात म्हणू नये "जीवनाचा आणि समाजाचा अभ्यास त्यांनी किती बारकाईने केला होता आणि त्याचा मूळ मानवी मूल्यांशी कसा संबंध जोडला होता, हे यावरून समजते. "अरे संसार संसार, जसा तवा चुल्ह्यावर. आधी हाताला चटके, तवा मिळते भाकर" अशा शब्दात त्यांनी संसारातील संघर्षाचे तरीही सकारात्मक असलेल्या जीवनाचे वर्णन केले आहे. त्यांच्या हयातीत त्यांना कधीच प्रसिद्धी मिळाली नाही. बहिणाबाईंचे सुपूत्र कवी सोपानदेव चौधरी तसेच त्यांच्या एका मावसभावाने त्यांच्या कविता लिहून घेतल्या आणि त्या घरात जपून ठेवल्या. बहिणाबाई यांच्या निधनानंतर जेव्हा त्या कविता त्यांनी ज्येष्ठ लेखक आचार्य प्र.के. अत्रे यांना दाखवल्या तेव्हा त्यांना अवर्णनीय आनंद झाला. ते म्हणाले, "हे बावनकशी सोने

आहे. हे काव्यरूपी विचारांचे धन महाराष्ट्रापासून लपवून ठेवणे हा एक प्रकारचा गुन्हा ठरेल" असे म्हणून प्र. के. अत्रे थांबले नाहीत तर त्यांनी बहिणाबाईंच्या कविता प्रसिद्ध केल्या. एकंदरीतच जीवनाचा खरा गाभा, जीवनाचा खरा अर्थ, तसेच; खरेखुरे सुख आणि आनंद कशात आहे या सर्वांचा अत्यंत संवेदनशीलतेने बहिणाबाई चौधरी यांनी अभ्यास केला होता. हे स्पष्ट त्यांच्या कवितेतून दिसून येते. रोजच्या जीवनातील साध्यासुध्या ग्रामीण वस्तू आणि घटनांना देखील त्यांनी जागतिक अर्थ प्राप्त करून दिला आहे. शेतात आपण बियाणे पेरतो किंवा बी टाकतो, असा पण शब्दप्रयोग करतो. परंतु बहिणाबाई म्हणतात की, "बियाणे धरित्रीच्या कुशीत झोपले आहे आणि त्याच्या अंगावर मातीची मशाल पांघरली आहे" रोजच्या जीवनातील वस्तूंकडे सुद्धा अत्यंत स्नेहाने पाहण्याचा हा दृष्टिकोन बहिणाबाईंना लाभला म्हणूनच त्या केवळ कागदोपत्री कवयित्री नव्हे तर अंतर्मनातून समाजाची हाक ऐकणाऱ्या आणि जीवनाचा सुंदर अर्थ लावणाऱ्या कवयित्री होत्या. अपार स्नेह, सूक्ष्म निरीक्षण, समाजातील, जीवनातील सर्व घटकांविषयी ची तळमळ असे सर्व अद्वितीय काव्यविशेष त्यांच्या कवितेत आढळतात. म्हणूनच त्यांची कविता वाचताना कोणी विद्वान आपल्याला काहीतरी उपदेश देत आहे, असे अजिबात वाटत नाही कोणीतरी आपल्या पाठीवरून मायेनं हात फिरवत आपल्या जीवनाचे महत्व सांगत आहे असे वाटते. दुसऱ्याची गरज ओळखून माणुसकी संभाळून दुसऱ्याला दान द्या. शक्य तेवढा परोपकार करा असा संदेश या कवितेतून देतात. म्हणूनच तर त्या म्हणतात, दान देताना जो आखडतो त्याला हात म्हणू नये. चार भिंती मध्ये जे मिळते त्याला शिक्षण म्हणता येणार नाही. तो

शिक्षणाचा एक भाग म्हणता येईल. परंतु शिक्षणाचा मूलभूत हेतू म्हणजे संवेदनशील नागरिक निर्माण करणे होय. दुसर्यांचे दुःख बघून डोळ्यात टचकन पाणी आले पाहिजे. मदत करण्याची तीव्र भावना झाली पाहिजे. मदत किती करतो हे महत्त्वाचे नाही, तर मनाच्या तळापासून दुसर्यांचे दुःख आपल्या रूदयात पोहोचले पाहिजे. या सर्व भारतीय संस्कृतीला प्रकाशमान करणाऱ्या भावनांची बीजे बहिणाबाईंच्या कवितेत आढळतात. बहिणाबाई चौधरी यांची कविता सार्वकालिक आहे.त्यांचा जीवनकाल अठराशे ८० ते १९५१ असा आहे. या काळात महान समाजसुधारक आणि अखंड काव्य रचणारे कवि महात्मा फुले होऊन गेले. महान समाजसुधारक डॉक्टर बाबासाहेब आंबेडकर यांचाही खऱ्या अर्थाने कार्यकर्तृत्वाचा काळ हाच होता. लोकमान्य टिळक असो की राष्ट्रपिता महात्मा गांधी असोत शहीद भगतसिंग असोत की नेताजी सुभाष चंद्र बोस असोत, या सर्वांनीच आपले आयुष्य समाजासाठी देशासाठी वेचले. स्वामी विवेकानंदांनी परदेशात खरेखुरे धर्माचा अर्थ सांगितला.. या सर्व घडामोडी बहिणाबाईंच्या आसपास घडत होत्या. जरी त्या दूर ग्रामीण भागात राहिल्या होत्या तरी त्यांच्या कवितांवरून जाणवते कि त्यांनी या सर्व घडामोडींचा बारकाईने अभ्यास केला असणार. विशेषतः संत, समाजसेवक, समाजसुधारक, कीर्तनकार अशा घटकांना त्यांनी निश्चितच गुरु मानले असणार.त्याशिवाय त्यांना कवितेतून जीवनाचा इतका सखोल अर्थ सांगता आला नसता... एका बाजूला स्वातंत्र्य मिळवण्याची धामधूम आणि दुसऱ्या बाजूला समाजातील मूलभूत मूल्ये सांभाळण्याची तळमळ अशा दुहेरी अवस्थेतून भारतीय समाज विसाव्या शतकाच्या सुरुवातीला जात होता. निम्मे विसावे शतक

इंग्रजांची संघर्ष करण्यातच सरले. त्याचवेळी समाजसुद्धा अशिक्षित होता. जीवन कधी थांबत नाही तेव्हासुद्धा ग्रामीण संस्कृती अत्यंत महत्त्वाची होती. शेती हाच प्रमुख व्यवसाय होता. बहिणाबाई चौधरी यांनी त्यांच्या अत्यंत रसाळ आणि अर्थपूर्ण कवितांमधून वापरलेल्या प्रतिमा आणि प्रतीके पाहिली तर लक्षात येते की त्यांनी समाजातील अनेक घटकांचा विविध बाजूंनी अर्थ लावला होता. माणसाचे माणसाशी वागणे कसे असावे याचा अत्यंत सखोल विचार त्यांनी केला होता. एका बाजूला संसार आणि दुसऱ्या बाजूला समाज असा दुहेरी विचार त्यांच्या कवितेतून अत्यंत रसाळपणे, ठसठशीतपणे आणि अर्थपूर्ण रित्या प्रकट होते. संत ज्ञानेश्वर हे वाटे ला "वाटुली" म्हणतात. कावळ्याला "काऊ" म्हणतात. इतकी विचारांची व्यापकता आणि स्नेहपूर्ण दृष्टिकोन संताचा असू शकतो, हे संतत्व बहिणाबाई चौधरी यांच्या कवितेत दिसते... कारण बियाणे सुद्धा शेतामध्ये निजले आहे अशी कल्पना त्यांनी केली आहे आणि त्या बियाण्यावर मातीची शाल पांघरली आहे असे देखील त्या म्हणतात. ही अचाट कल्पनाशक्ती प्रचंड प्रगल्भतेमधूनच येऊ शकते. पराकोटीची नम्रता साधेपणा आणि सशक्त अभिव्यक्ती ही कविता बहिणाबाईंच्या कवितेची वैशिष्ट्ये आहेत.म्हणूनच बहिणाबाईंच्या कविता हे मोठे विचारधन तर आहेच; पण संस्कारांना जिवंत ठेवणारा शब्दांचा अमूल्य खजिना आहे..!

त्या झोपडीत माझ्या, ज्ञानगंगा वाहे...!

स्त्रियांच्या उद्धारासाठी आणि शिक्षणासाठी आपले संपुर्ण १०४ वर्षांचे आयुष्य अविरत कष्टात वेचणाऱ्या महान समाजसुधारक महर्षी कर्वे यांची आज १८ एप्रिल रोजी जयंती. त्यानिमित्त त्यांच्या कार्याचा हा संक्षिप्त आढावा

आज संपूर्ण भारत वर्षांमध्ये बेटी बचाओ बेटी पढाओ या अभियानाचा आपण डंका वाजवत आहोत. मुलींना समान अधिकार मिळाले पाहिजेत, मुलींना भरपूर शिक्षण मिळाले पाहिजे, त्यांना त्यांच्या आवडीचे करिअर निवडताना आले पाहिजे आणि त्यांनाही इतक्या संधी मिळाल्या पाहिजेत जितक्या पुरुषांना मिळतात ही या अभियाना मागील भूमिका आहे. इतकेच नव्हे तर स्त्री म्हणून जे हक्क स्त्रियांना नाकारले गेले ज्या जगण्याच्या मूलभूत अधिकारांपासून स्त्रियांना वंचित ठेवण्यात आले असे अधिकार स्त्रियांना मिळावेत.ज्या संधी स्त्रियांना, मुलींना नाकारल्या गेल्या त्या सर्व संधी स्त्रियांना आणि मुलींना मिळाल्याच पाहिजेत

अशा भावनेतून अभियान आहेच .याशिवाय विविध उपक्रमातून मुलींना आणि एकंदरीतच स्त्रियांना मोठ्या संधी उपलब्ध करून दिल्या जात आहेत. मात्र, या परिस्थितीच्या मुळाशी अनेक महान समाजसुधारकांनी केलेले कार्य हे आजही पारिजातकाप्रमाणे दरवळत आहे. या महान समाजसुधारकांच्या मालिकेतील एक चमचमता तारा म्हणजे महर्षी धोंडो केशव कर्वे अर्थात अण्णासाहेब कर्वे होत. १९५५ मध्ये पद्मविभूषण आणि त्यानंतर १९५८ मध्ये भारतरत्न पुरस्काराने सन्मानित झालेले महर्षी धोंडो केशव कर्वे हे एक भारतीयांचे नव्हे; तर जगाचे तीर्थस्थान झाले आहेत. त्यांच्या सौभाग्यवती परमपूज्य बाया कर्वे यांनी त्यांना या कार्यात मोलाची साथ दिली. १८ एप्रिल १८५८ ला जन्म झालेले महर्षी कर्वे यांचे निधन ९ नोव्हेंबर १९६२ रोजी झाले.आपल्या १०४ वर्षाच्या प्रदीर्घ आयुष्यात महर्षी कर्वे यांनी स्त्रियांसाठी महान कार्य केले. इतकेच नव्हे तर हेच कार्य पुढील सर्व कार्याची मुहूर्तमेढ ठरले. १८४८ मध्ये महात्मा फुले आणि सावित्रीबाई फुले या महान दांपत्याने मुलींसाठी पहिली शाळा सुरू केली त्यानंतर बरोबर दहा वर्षांनी महर्षी कर्वे यांचा जन्म झाला. महात्मा फुले हे १८९० मध्ये निवर्तले. म्हणजेच महात्मा फुले हे जग सोडून गेले तेव्हा महर्षी कर्वे यांचे वय 32 वर्षे होते; आणि त्यांच्या कार्याची जोरदार सुरुवात झालेली होती. एका अर्थाने महात्मा फुले यांचा वारसा महर्षी कर्वे यांनी पुढे चालवला असे म्हटले तर अयोग्य ठरणार नाही. विधवांना जगण्याचा अधिकार नाकारला जात असण्याच्या काळात विधवा-पुनर्विवाह साठी केलेले कार्य हे महर्षी कर्वे यांच्या कार्याचा एक महत्त्वाचा पैलू होय. नाथीबाई ठाकरसी विद्यापीठ महर्षी कर्वे यांनी स्थापन केले. हिंगणे स्त्री शिक्षण संस्था स्थापन

केली. अनाथ बालिकाश्रम 1899 मध्ये स्थापन केला. महर्षी धोंडो केशव कर्वे महान कर्मयोगी होते .कोकणामध्ये मुरुड येथे गरीब कुटुंबात जन्म झालेल्या महर्षी कर्वे यांनी लहानपण अत्यंत हलाखीत घालवले. शेकडो किलोमीटर इयत्ता सातवीच्या वयात असतानाच परीक्षेसाठी चालणारे ते महान कर्मयोगी होते. त्यांच्या कार्याचा सुगंध आजही विविध रूपांनी दरवळतो आहे. आज मुली, स्त्रिया विविध क्षेत्रात भरारी घेत आहेत.त्यांना आत्मसन्मान लाभत आहे त्यांना अपूर्व संधी लाभत आहेत समाजाकडून प्रचंड सहकार्य लाभत आहे. या सर्वांच्या मुळाशी अण्णासाहेबांनी केलेल्या कार्याचा स्रोत आह. लोकमान्य बाळ गंगाधर टिळक हे राजकारणात सक्रिय झाल्यानंतर फर्गसन कॉलेजमधील गणिताचे प्राध्यापक म्हणून गोपाळकृष्ण गोखले यांनी महर्षी धोंडो केशव कर्वे यांना बोलावले. अठराशे ९१ पासून १९१४ पर्यंत प्रदीर्घकाळ गणिताचे प्राध्यापक म्हणून महर्षी धोंडो केशव कर्वे यांनी मोठे ज्ञानदानाचे कार्य केले. पहिल्या पत्नीचे निधन झाल्यानंतर त्यांनी पंडिता रमाबाईंच्या शारदा सदन या संस्थेतील एका विधवेशी विवाह केला. म्हणजेच ते केवळ बोलके सुधारक नव्हते तर कर्ते सुधारक होते. आनंदीबाई तथा बाया कर्वे यांनी महर्षी कर्वे यांना प्राणपणाने केवळ सहकार्य नव्हे तर आयुष्यभर साथ दिली. या पुनर्विवाह मुळे अण्णासाहेब कर्वे यांना खूप त्रास सहन करावा लागला तत्कालीन समाजाने त्यांना वाळीत टाकले. तरीही ते डगमगले नाहीत त्यांनी विधवांच्या उद्धाराचे कार्य चालूच ठेवले. १८९३ मध्ये त्यांनी विधवा विवाह प्रतिबंध निवारक मंडळ स्थापन करून क्रांतिकारक कार्य केले. इतकेच नव्हे, तर पुनर्विवाहितांचे कुटुंब मेळावे भरविले. हा एक मोठा कार्याचा ठसा त्यांनी उमटवला.

विधवांच्या शिक्षणासाठी त्यांनी १८९९ साली अनाथ बालिकाश्रम या संस्थेची स्थापना केली. समाजाकडून अवहेलना सहन करूनही अशाप्रकारे सक्रिय कार्य करणे हे एखादी महान व्यक्तीच करू शकते. केवळ बोलून समाज सुधारणा होत नाही स्वतः सुद्धा तसेच सक्रिय पाऊल उचलावे लागते त्या दृष्टीने हे कुटुंब मेळे आणि अनाथ बालिकाश्रम तसेच विधवा विवाह प्रतिबंध निवारक मंडळ यांची स्थापना हे खूप मोठे पाऊल होय. पुण्याजवळ हिंगणे येथे १९०० सालापासून हा आश्रम सुरू झाला. पुढे गृहिणी म्हणून स्त्रियांना योग्य शिक्षणदिले पाहिजे या भावनेने स्वतंत्र महिला विश्वविद्यालयाच्या स्थापनेसाठी ते प्रयत्न करू लागले. त्यातूनच ठाकरसी कुटुंबाच्या आर्थिक मदतीने १९१६ मध्ये श्रीमती नाथीबाई दामोदर ठाकरसी महिला विद्यापीठ उभे राहिले. या विद्यापीठातील अभ्यासक्रमामध्ये स्त्रीजीवनाशी संबंधित विविध विषयांचा समावेश आहे आणि शिक्षणाचे माध्यम मातृभाषा आहे. हजारो स्त्रियांनी अनाथ बालिकाश्रम आणि महिला विद्यापीठ या संस्थांमधून शिक्षण पूर्ण केले आहे. या दोन संस्थांच्या उभारणीसाठी आणि आर्थिक स्थैर्यासाठी अण्णासाहेब कर्वे यांनी आयुष्यभर स्वदेशात आणि परदेशात अक्षरशः वणवण केली आणि मदत मिळवली १९२९ ते १९32 या काळात त्यांनी परदेशातही वणवण केली महर्षी कर्वे यांचे आयुष्य जणू संस्थांमुळे होते त्यांनी मुरुड फंड अठराशे ८६ मध्ये स्थापन केला. स्त्रियांच्या उद्धारासाठी आमरण कार्य करणारे कार्यकर्ते निर्माण होण्यासाठी निष्काम कर्ममठ स्थापन केला. हे वेगळ आणि महत्त्वाचे सकारात्मक पाऊल होते १९३६ मध्ये महाराष्ट्र ग्राम प्राथमिक शिक्षण मंडळ त्यांनी स्थापन केले. १९४४ मध्ये समता संघ स्थापन

केला. स्त्रियांसाठी मुलींसाठी विधवांसाठी कार्य करण्याबरोबरच सामाजिक समस्या वर उपाय शोधण्यासाठी ही महर्षी कर्वे यांच्या ऱ्हदयात मोठी तळमळ होती. या तळमळीतून जातिभेद आणि अस्पृश्यता निवारणासाठी १९४४ मध्ये समता संघ त्यांनी स्थापन केला. आधुनिक भारताचा सामाजिक सुधारणेचा इतिहास जेव्हा अभ्यासला जातो जेव्हा चर्चिला जातो तेव्हा ही चर्चा आणि हा अभ्यास महर्षी धोंडो केशव कर्वे यांच्या उल्लेखाशिवाय पूर्ण होऊ शकत नाही. त्यांनी अत्यंत चिकाटीने ध्येयवादाने झपाटून कार्य केले महान त्याग केला. ते आणि त्यांच्या सौभाग्यवती या त्यागाच्या मूर्ती होत्या १९१५ मध्ये त्यांनी आत्मवृत्त लिहिले त्यातून त्यांचा जीवनपट उभा केला आहे. त्यांची ही अपूर्व जिद्द चिकाटी समाजासाठीची तळमळ हे महान कार्य लक्षात घेऊन १९५५ मध्ये भारत सरकारने महर्षी कर्वे यांना तथा अण्णासाहेबांना पद्मविभूषण या महान गौरवाने गौरविले तसेच १९५८ मध्ये म्हणजेच त्यांच्या जीवनाला शंभर वर्षे पूर्ण झाली तेव्हा भारतरत्न देऊन गौरविले भारतरत्न हा सर्वोच्च नागरी पुरस्कार होय सरकारने एक असा अनुबोधपट निर्माण केला आहे ज्यामध्ये महर्षी कर्वे यांचे संपूर्ण आयुष्य १८ एप्रिल १८५८ मध्ये रत्नागिरी जिल्ह्यातील खेड तालुक्यातील शेरावली या गावात एका निम्न कुटुंबात महर्षी कर्वे यांचा जन्म झाला १९०७ मध्ये त्यांनी महाराष्ट्रात पुण्याजवळील हिंगणे येथील माळरानावर एका झोपडीत मुलींची शाळा सुरू केली नंतर महिला महाविद्यालय सुरू केले आणि अखेर १९१६ मध्ये महिला विद्यापीठ स्थापन झाले. १९१० मध्ये निष्काम कर्ममठ स्थापन करणारे अण्णासाहेब कर्वे यांची दूरदृष्टी महानच म्हटली पाहिजे त्या दृष्टीने विचार केला तर त्यांनी या झोपडीतून निर्माण

केलेली समाजसुधारणेची गंगा आज राज्याच्याच नव्हे तर देशाच्या गावा-गावात पोचली आहे. मुळात ह्या कामाची या कर्मयोगाची भावना आज त्यांना मनात रुजणे गरजेचे आहे. केवळ व्यावहारिक सुख केवळ भौतिक सुविधा आणि वरवरची सूज म्हणता येईल अशी प्रगती आणि विकास काहीही उपयोगाचा नाही. महर्षी कर्वे यांची ही झोपडी आज खरच समृद्ध झाली आहे...!!

महाकवी महात्मा फुलेंचे कवितांमधून समाजचिंतन..!

स्त्रिया, शेतकरी आणि अस्पृश्य अशा उपेक्षित घटकांसाठी आयुष्यभर कार्य केलेल्या महात्मा फुले यांच्या जयंतीनिमित्त एक सामाजिक कवी म्हणून त्यांच्या व्यक्तिमत्त्वाच्या या वेगळ्या पैलुचा परिचय

आज स्त्री स्वतःच्या पायावर उभी आहे. ती विविध क्षेत्रात भरारी घेत आहे. या उन्नती मागे महात्मा फुले आणि सावित्रीबाई फुले या दाम्पत्याचे अविरत कष्ट आहेत. त्यांना आपण अनेक अंगांनी कार्यकर्तृत्वावर आधारित ओळखतो. अनेक महान समाजसुधारकांचा काव्य हा जिव्हाळ्याचा विषय राहिला आहे. महात्मा फुले देखील मोठे समाजचिंतक कवी होते. भारतात मुलींची पहिली शाळा स्थापन करणे, विधवाविवाहास उत्तेजन देणे, पहिला विधवा विवाह संपन्न करणे, मागासवर्गीयांसाठी शाळा

उघडणे, त्यांच्यासाठी स्वतःच्या घरचा पाण्याचा हौद खुला करणे, अस्पृश्य, विधवा आणि शेतकरी यांच्यासाठी प्राणपणाने कार्य करणे अशा अनेक महान कार्यासाठी आपण महात्मा फुले यांना आपल्या हृदयात स्थान दिले आहे..!! मात्र त्याबरोबरच समाजहितासाठी तळमळीने बोलणारा आणि जीवनात जगत असताना कोणती तत्त्वे अंगीकारावी हे सांगणारा महात्मा फुले यांच्या हृदयातील कवी आपण समजून घेतला पाहिजे.हा कवी अखंडपणे आपल्याला अशा काही तत्त्वचिंतक बाबी सांगत असतो ज्या बाबी आणि जे विचार आज एकविसाव्या शतकाची १९ वर्षे उलटूनही तितकीच चपखल लागू आहेत...! महात्मा फुले यांच्या कविता `अखंड' नावाने ओळखल्या जातात. जसे संत तुकारामांचे `अभंग' तसे महात्मा फुलेंचे अत्यंत सोप्या आणि ओघवत्या भाषेतील रसाळ शैलीमधील जीवनाची महत्वाची तत्वे आणि संदेश देणारे `अखंड' म्हणजे काव्यात्मक फुलांचा गुच्छ आहे...!! आज आपण स्वच्छ भारत अभियान मोठ्या उत्साहाने राबवित आहोत. मात्र, दीडशे वर्षांपूर्वी त्यांनी, "स्वच्छ होण्यासाठी, स्नान ते करावे", असे सांगून ठेवले आहे."स्वकीय स्वच्छता मुळी विसरला। वैद्याने नाडीला। जोती म्हण।",अशा भाषेत त्यांनी कणखरपणे स्वच्छतेचे महत्त्व सांगितले आहे. अनेक ठिकाणी ते अधिकारवाणीने; तर अनेक ठिकाणी ते बंधुभावाने आपल्याला संदेश देतात. आजच्या दिखाऊपणाच्या काळात आपण भौतिक सुखाच्या मागे लागलो आहोत. आपली जेवढी ताकद आहे, त्यापेक्षा जास्त खर्च करून जास्तीत जास्त वस्तूंचा खच आपण घरात लावतो आणि आम्ही किती पुढारलेले आहोत आणि किती श्रीमंत आहोत हे दाखवण्याचा प्रयत्न होतो... मात्र

त्यामुळे आपण कर्जबाजारी होतो आणि खऱ्या आनंदाला मुकतो. ज्योतीबांनी आपल्या अखंड मध्ये सांगून ठेवले आहे की, "कमाई पेक्षा जास्त खर्च जे करिती। ऋणकरी होती। जीवा कांच। " याचा अर्थ महात्मा फुलेंनी तेव्हा या दिखाऊपणाचा आणि भौतिक सुखाचा धोका ओळखला होता. मतितार्थ असा आहे की आपल्या ताकदी पेक्षा जास्त खर्च करू नये. त्यामुळे आपण कर्जबाजारी होतो आणि त्यामुळे आपला खरा आनंद हिरावला जाऊन आपल्या जीवाला घोर लागतो. महात्मा फुले यांची ही दूरदृष्टी अखंड काव्यातील प्रत्येक ओळीतून आपल्याला दिसून येते. शेवटी आपल्या आयुष्याचा आपण शिल्पकार असतो. आपल्याच कर्मांनी आपण मोठे होतो किंवा दुष्ट कर्मांनी आपण नष्ट होतो.... म्हणूनच महात्मा फुले पुढे म्हणतात, "सोयरे धायरे मागेपुढे येति। तुकडे मोडीती। दिमाखान। "जीवनातील हे परखड सत्य सांगतानाच महात्मा फुले म्हणतात, "मतलबी स्नेही रसाळ बोलती। भोंदूनिया खाती। संधी होता। "खूप मोठा अर्थ या काव्यात आहे. आपण अनेक वेळा जवळचे समजून सर्वांवर विश्वास टाकतो. त्यांना जवळचे समजतो. ते आपल्याला फसवतात आणि खोटे गोड बोलून आपला गैरफायदा घेतात. हे परखड सत्य महात्माजी सांगतात. ईश्वराला महात्मा फुले निर्मिक संबोधतात. "सर्वांचा निर्मिक आहे एक धनी। "असे निक्षून आत्मविश्वासाने ते सांगतात आणि त्याची भीती मनात धरावी म्हणजेच त्याच्या भीतीने का होईना सत्कर्मे करावीत. आपण वाईट कर्म केले तर त्याचे वाईट फळ भोगावे लागेल त्यामुळे त्या निर्मिकाची भीती मनात धरून जगात वाटचाल करावी. सुखापेक्षा जगात आनंद महत्त्वाचा आहे कारण आनंद हा चिरकाल टिकतो. जीवनात उपभोग अवश्य घ्यावा

परंतु तो कुणाला फसवून, कुणाला दुखवुन नको, कोणावर अन्याय करून नको; तर न्यायानेच हा आनंद मिळवला पाहिजे! म्हणूनच ते म्हणतात, न्यायाने वस्तूंचा उपभोग घ्यावा. एवढे सांगून महात्मा फुले थांबत नाहीत. ते पुढे म्हणतात, "आनंद करावा। भांडू नये। "आनंदाने जगावे, कुणाशी भांडू नये. मतभेद हे दुःखाचे कारण आहे. आज आपण भरपूर प्रगती केली आहे. आपण प्रगत म्हणतो. परंतु अजूनही धर्म, भाषा, प्रदेश, राज्य अशा अनेक बाबींवरून एकमेकाशी भांडतो. याबद्दलही महात्मा फुले म्हणतात, "धर्मराज्य भेद मानवा नसावे। सत्याने वर्तावे इशासाठी। "त्यांच्या अखंड या काव्यरचनेच्या प्रत्येक चरणामध्ये खूप मोठा जीवनाचा गर्भितार्थ घडलेला आहे...! आनंदी जीवनाचा मार्ग जणू ते सांगतात. सर्व प्राणिमात्राला सुख मिळावे म्हणून बिचारी पृथ्वी रात्रंदिवस गरगर फिरत असते. तिच्या कृपेने आपण सर्व जाती-धर्माचे लोक एकत्र राहत असतो. जर ती पृथ्वी एक आहे तर जातीधर्मातील भेद कशासाठी? असा रोखठोक प्रश्न महात्मा फुले विचारतात. भोंदूगिरीवर आणि लबाडपणावर, दांभिकपणावर महात्मा फुलेंनी आपल्या अखंड काव्य रचनेतून प्रचंड आघात केले आहेत. सूर्य एकच आहे. तो सर्वांना प्रकाश देतो.सर्वांना उद्योग देतो. सर्वांचे पालनपोषण करतो. तो प्रकाश देताना भेदभाव करत नाही. तर माणसाने का करावा? असे महात्मा फुले आपल्या कवितेतून ठणकावून विचारतात..! तसेच "एक चंद्र नित्य भ्रमण करितो। सर्वांना सुख देतो। निशिदिनी। "असा उल्लेख त्यांच्या कवितेत करतात. समुद्राला तो भरती ओहोटी देतो. समुद्रातील पाणी आणि क्षारसह हलवितो. मग पुढे पाऊस पडतो आणि लोकांना गोड पाणी मिळते, इतका सर्व अभ्यास महात्मा फुले आपल्या

कवितेत मांडतात आणि सूर्य चंद्राचे उदाहरण देऊन, "भेदभाव नष्ट करा", असा सुंदर संदेश देतात. मग जर सूर्य आणि चंद्र जाती-धर्माचा भेदभाव करीत नाही तर माणसाला सुद्धा तो अधिकार नाही, असे वैश्विक उदाहरण देऊन पुढे महात्माजी ठणकावून विचारतात, "झाला का हो पिसे? "म्हणजेच भेदभाव पाळणारे तुम्ही वेडे आहात का? असे विचारून त्यांनी सत्य धर्म पाळावा, असत्य बोलू नये, असत्य वर्तन करू नये असाही संदेश आपल्या कवितांमधून दिला आहे. जो आत्मपरीक्षण करतो, जो सर्वांसाठी जगतो तोच खरा धन्य मानव होय, असे महात्मा फुले म्हणतात.म्हणूनच महात्मा फुले यांची कविता अखंडपणे चिंतन करण्यासारखी आहे.यश मिळवण्याचा महामार्ग जणू महात्मा फुले सांगतात. "धीर धरुनी सर्वांना सुख देती। तेच होती यशवंत। "असे महात्मा फुले म्हणतात; ते काही उगीच नव्हे....

राष्ट्रपिता महात्मा गांधीना एका नागरिकाचे पत्र.

आदरणीय प्रिय बापू,

प्रेमपूर्वक सादर प्रणाम...!

आपणास हे पत्र लिहीत असताना अनेक भावतरंग मनात उचंबळून आले आहेत. बापू, आम्ही एकविसाव्या शतकातील वीस वर्षे ओलांडली आहेत.एखाद्या विषाणू पासून ते गुन्हेगारी पर्यंत आणि व्यसनाधीनतेपासून ते बेरोजगारी पर्यंत अनेक समस्यांना तोंड देत आहोत .तुमची प्रेरणा आणि विचार आमच्या पाठीशी आहे. तो आमचा अमृताचा ठेवा आहे... खरे तर हे पत्र नव्हेच; हा आहे एका जिवलग विश्वमान्य महात्म्या बरोबर केलेला संवाद. बापू, तुमचे जीवन हाच एक संदेश आहे, असे आपण म्हणायचा. ते शब्दशः खरे आहे. बापूजी ,तुम्हाला कोणी महात्मा संबोधलेले आवडणार नाही याची मला कल्पना आहे. या पलीकडे जाऊन मानवी जीवनाला परमात्म्याशी जोडणारी तुमची विचारधारा आहे. तुमचे पारदर्शी जीवन हाच प्रेरणेचा अखंड अविरत प्रेरणास्रोत आहे. झरा आहे. मानव सेवा हीच ईश्वर सेवा हेच असिधाराव्रत तुम्ही अखंड अंगिकारले. साधेपणा

आणि साधनशुचिता या अजरामर मूल्यांनी तुमचे जीवन तेजाळून निघाले. सत्य आणि अहिंसा यांची दैवी विचारज्योत तुमच्या जीवनाच्या विचार रुपी गाभाऱ्यात सततच तेवत राहिली. अत्यंत साध्या फकीर माणसाच्या ह्रदयात एक कणखर तुफान असते; जे अन्यायाचे बुरुज नेस्तनाबूत करण्यासाठी प्रचंड समर्थ असते .हा विश्वास जागवणारी तुमची अमर विचार प्रणाली मनात प्रेरणेची दामिनी जागृत करते. दुसऱ्याचे दुःख समजून घेणारा किंबहुना ते जगणारा माणूस हाच खरा ईश्वराचा पुत्र होय. ही तुमची जीवन धारणा मला मानवतेच्या गावाला घेऊन जाते. बापूजी ,केवळ आनंदाला नव्हे तर अश्रूंनाही गहन अर्थ असतो. दुसऱ्याचे अश्रू आपल्या पापणीतून अलगद पाझरावेत. इतके इतरांच्या दुःखामध्ये सामील होणे तुम्हाला अपेक्षित आहे. शरीर हे तर केवळ जिवंत राहण्याचे साधन होय. मनाचे सेतू बांधून मानवी जीवनाची समरसता अनुभवता आली पाहिजे. इथे संत नामदेव यांचे "एक तरी ओवी अनुभवावी "हे चरण प्रकर्षाने स्मरते. संत राजकारणी म्हणून म्हणून तुम्ही मला वंदनीय आहात. "मी महात्मा नाही ,तू सामान्य नाहीस रे, आपण दोघेही भारत मातीची लेकरे आहोत" असा जणू तुम्ही विश्वास प्रदान करता... बापुजी, रस्त्याकडेला रखरखीत उन्हात फाटक्या पदराची साडी नेसलेली भगिनी बाळाला झोळीत टाकून खडी फोडत असते. तेव्हा तिच्या कष्टाने ओथंबलेल्या डोळ्यात मला तुमची प्रसन्न आश्वासक छबी दिसते.तेव्हा जणू तुम्ही सांगत असता, कष्ट हेच जीवन! दुःखी, पिडीत, लाचार जनतेकडे स्नेहाने पहा. मग बघा तुम्हाला जीवनाचा अर्थ गवसेल. भौतिक प्रगती हे एक मृगजळ आहे. आत्मिक सुख हीच मानवी जीवनाची इतिकर्तव्यता आहे. एवढे सांगून

तुम्ही थांबत नाही तर गरिबांसाठी दीनदुबळ्यांसाठी स्वतःच्या परीने काम करण्याची तुम्ही अखंड प्रेरणा देता हीच मानवजातीची शिदोरी...! सुरुवातीला लोक तुमच्याकडे लक्ष देणार नाहीत. नंतर ते तुमच्यावर हसतील.नंतर ते तुमच्याशी भांडतील आणि अखेर ते तुम्हाला स्वीकारून तुमचा विजय होईल....!! तुमचे विचार असे दीपस्तंभासारखे आहेत. दिखाऊपणाच्या आणि चंगळवादाच्या भोवऱ्यात जीव गुदमरू लागला की तुमचे विचार यातून बोटाला धरून अलगद बाहेर काढतात आणि जणू पाठीवर हात टाकून आश्वासित करत असतात. जीवन सुंदरच आहे.फक्त दृष्टी पवित्र ठेव. कर्म ईश्वराला अर्पण कर. स्वच्छ मनाने जगत रहा.कृतार्थ होशील..! बापुजी, आज प्रजासत्ताक दिनाला ७१ वर्षे झाली. स्वातंत्र्य मिळून ७३ वर्षे उलटून गेली. अर्थ मिळवण्यासाठी अर्थहीन धडपड चालू आहे... भौतिकवादाच्या पिंजऱ्यात अडकत जाणारा समाज तुमच्या विचारांमुळे जागृत होतो. बापूजी, आम्हाला जेव्हा कोणासाठी काही करावेसे वाटते मग ते वस्तू दान असो की ज्ञानदान असो तेव्हा आम्हाला तुमचे विचार प्रेरित करतात.... तुम्ही सांगितल्याप्रमाणे मी निर्भय होतो. स्वतःचीच स्वतःला नव्याने ओळख होते. येथे संत तुकाराम यांचा "आपुलाचि वाद आपणाशी" अभंग तीव्रतेने आठवतो... दुसऱ्याकडून अपेक्षित असणारा बदल अगोदर स्वतःमध्ये करा, हा तुमचा विचार आत्मशुद्धी ला प्रेरित करतो. स्वतःच्या आचरणात सद्विचार आले तरच आपणास दुसऱ्यास उद्देश करण्याचा नैतिक अधिकार आहेत. हा तुमचा जीवन विचार आम्हाला साधनशुचितेचा मार्गावर अलगद आणून सोडतो. बापूजी; असहकार आंदोलन असो की सविनय कायदेभंग, की चलेजाव चळवळ तुमची प्रत्येक

कृती मानवतेच्या विशाल चौकटी ने बहरलेली होती. सत्य, संयम, अहिंसा असा तुमचा आशयप्रधान संदेश आम्हाला प्रेरित करतो .अत्यंत विपरीत परिस्थितीत सुद्धा मूलभूत तत्त्वांना मानवी मूल्यांना तिलांजली देऊ नये .मानवी मूल्यांची कायम पूजा बांधावी.मरायला तयार आहे, मात्र असे कोणतेही कारण असू शकत नाही ज्यासाठी मी कोणाला मारायला तयार आहे!!! हे तुमचे वचन तुमच्या सत्याग्रहाच्या विचारांना उजळून टाकते.बापूजी, तुमचे अवघे जीवनच एक संघर्ष आहे. सहिष्णुता हा तुमच्या जीवनाचा मोठा अर्थपूर्ण असा गाभा आहे. तुमचा मार्ग आणि इतर महान देशभक्तांचे मार्ग जेव्हा वेगळे ठरले तेव्हा सुद्धा तुम्ही त्यांच्याबरोबर समरस झाला. एकरूप झाला. मनात द्वेष ठेवला नाही. जीवन संग्राम आहे. जणू तुम्ही कोण्या माणसांशी लढला नाही तर त्यांच्या तत्कालीन

चुकीच्या मानवता विरोधी वृत्तीशी लढला म्हणूनच तुम्ही कधीच कोणाचे दुश्मन वाटत नाही. तर एक संत वाटता. एखाद्या देशात जनावरांशी कसा व्यवहार केला जातो. त्यावरून त्या देशाची महानता नैतिकता मोजली जाऊ शकते, हा तुमचा विचार आम्हाला खूप प्रेरणा देतो. कारण अत्युच्च मानवतावादाचा हा अद्भुत अविष्कार आहे! विरोधाला प्रेमाने जिंका, हे तुमचे जीवनाचे सार तत्व आहे

अहंकार, गर्व, मत्सर, लोभ यांचा त्याग करायला शिकवणारे तुमचे जीवन संकटांचा सामना कसा करावा हे शिकविणारा जणू वस्तुपाठ आहे."हे विश्वची माझे घर" हा संत ज्ञानेश्वरांचा व्यापक विचार मनाला शांती देतो. तोच विचार हे तुमचे जीवन तत्व होते. बापूजी, तुमच्याशी संवाद साधने म्हणजेच स्वतःच्याच अंतरात्म्याची हितगुज करण्या प्रमाणे आहे. तुमचे खाजगी जीवन असो

की राजकीय जीवन असो की सामाजिक जीवन असो आम्हाला आत्मिक आनंद देऊन जाते. प्रत्येक घटना काहीतरी शिकवून जाते. माणूस म्हणून स्वतःला ओळखून जीवनाची अनुभूती देणारे तुमचे जीवन व विचार सतत सोबतच असतात. हे अद्वैत अद्भुत आहे. ईश्वराशी जोडणारे आहे. जीवनाची सुरुवात प्रेम आहे, ध्येय प्रेम आहे आणि अंतही प्रेम.. सत्य, मानवतावाद ही प्रेमाच्या वाटेवरची फुले आहेत तसेच ती वाटाड्या आहेत. या सर्व मूल्यांमुळे जीवन पथ सुगंधित होतो. जीवन खरे तर वरवर रणांगण भासते, मात्र ती मानवतेची छान बाग आहे. काटे टोचतील मात्र, वर गुलाब आहे .तो आपलाच आहे. बापूजी, जीवन ही ईश्वराने दिलेली अमूल्य देणगी आहे. ती प्रेमाने अंकित करावी व मानवतेला अलंकृत करावी हे तुम्ही शिकवले. हीच सुंदरम प्रेरणा आहे. बापूजी, पत्र संपले तरी आपल्या हृदयातील संवाद अखंड राहील....!

सदैव आपला,

एक भारतवासी.

❧

महिलांना परिपूर्ण शिक्षण, उन्नतीचा महामार्ग

"वसुधैव कुटुम्बकम" अशी आपली संस्कृती आहे. म्हणजेच संपूर्ण पृथ्वी हेच आपले कुटुंब आहे. सगळ्या देशांना संपूर्ण विश्वाला आपण एक कुटुंब म्हणतो. त्यादृष्टीने संत ज्ञानेश्वरांनी" हे विश्वची माझे घर" म्हटले आहे ते योग्यच आहे. जेव्हा आपण संपूर्ण जगाला कुटुंब म्हणतो, तेव्हा सर्वांवर माया करणे आणि सर्वांची काळजी घेणे हे आपले कर्तव्य ठरते सेवा हा विषय येतो आणि आनंद हा विषय येतो तेव्हा भगिनी वर्गाची आठवण येते आज "बेटी बचाओ बेटी पढाओ" या आपल्या जिव्हाळ्याच्या अभियानाचा प्रचार आणि प्रसिद्धी करण्याचा दिवस आहे तसे आपण रोजच महिलांच्या शिक्षणाबद्दल आणि त्यांच्या योग्य पालन पोषण याबद्दल जीवापाड प्रयत्न करत असतो. परंतु आज हा विशेष उत्सव आहे. "यत्र नार्यस्तु पूज्यन्ते रमन्ते तत्र देवता" अशी आपली भारतीय संस्कृतीची ओळख आहे. खरेतर जीवनात मनाचे सौंदर्य सर्वात जास्त महत्त्वाची आहे परंतु आज समाजात वावरत असताना प्रगती करत असताना मन सुंदर दिसणे गरजेचे आहे. खरे सौंदर्य शिक्षणात

आहे. मूलभूत संस्कार आणि सर्व गुणसंपन्न नागरिक होण्यासाठी प्रत्येक भारतीय महिलेला उत्कृष्ट आणि दर्जेदार शिक्षण मिळाले पाहिजे. उत्कृष्ट शिक्षण हा महिलांच्या उन्नतीचा राजमार्ग आहे. शिक्षण फक्त शालेय किंवा महाविद्यालयीन नसते एखाद्या गृहिणीला स्पर्धा परीक्षेचा अभ्यास करून मोठा अधिकारी व्हायचे असते तिची आणि शिक्षणाचे नाते कधीच तुटलेले असते. तेव्हा तिला इच्छा उत्पन्न होते की आपण काहीतरी करावे आणि घडावे. त्यावेळेला तिला शिक्षण मिळणे, तिच्यापर्यंत सुविधा पोहोचणे महत्त्वाचे आहे. अनेक महिला या लग्नानंतर कितीतरी वर्षांनी दृढनिश्चय करून वर्ग-एक पदाच्या खुर्चीपर्यंत पोहोचल्या आहेत. महिलांना कलेची उपजत आवड असते. सौंदर्यदृष्टी असते त्या दृष्टीने प्रत्येक महिला ही अधिकारीच होईल, असे नाही. ती उत्कृष्ट पदाधिकारी होऊ शकते.

उत्कृष्ट व्यापारी होऊ शकते. उत्कृष्ट शिक्षिका होऊ शकते. उत्कृष्ट व्यावसायिक होऊ शकते. म्हणूनच सर्व प्रकारची शिक्षण महिलेच्या दारापर्यंत पोचले पाहिजे. म्हणूनच सौंदर्य सांभाळणे यापेक्षा त्याची काळजी घेणे गरजेचे आहे. खरंतर प्रत्येक व्यक्तीसाठी सौंदर्याची व्याख्या वेगळी आहे प्रत्येक व्यक्ती सुंदर दिसू शकते. आपण त्यासाठी चेहऱ्याने खूप सुंदर असावे असे नाही. मदर तेरेसा सिंधुताई सपकाळ डॉक्टर राणी बंग साधना आमटे इत्यादी महान महिला रूढ अर्थाने सुंदर नाहीत परंतु त्यांच्या पर्यंत उत्कृष्ट पद्धतीने शिक्षण पोहोचल्यामुळे कोणी समाजसेविका झाले. कोणी डॉक्टर इंजिनिअर झाल्या. उत्कृष्ट आणि दर्जेदार सुसंस्कारित शिक्षण मिळाले नाही तर त्याचेही आपण परिणाम पाहत आहोत. हल्ली तरुण मुली सिगरेट पासून दारू पिणे पर्यंत पोहोचल्या आहेत. म्हणूनच केवळ स्त्रियांचा

जन्मदर मुलींचा जन्मदर वाढवून उपयोग नाही तर त्यांना योग्य ते सुसंस्कारी शिक्षण मिळणे गरजेचे आहे. केवळ सगळ्या मुलींना शाळेत प्रवेश दिला आणि महाविद्यालय प्रवेश दिला म्हणजे शिक्षण मिळाले असे नाही. शिक्षणाचे अनेक कंगोरे आहेत २०२० मध्येच बीज माता म्हणून ओळखल्या जाणाऱ्या राहीबाई पोपेरे यांना पद्मश्री पुरस्कार प्राप्त झाला. तसेच कर्नाटक मधील एक भगिनी ने एक लाख झाडे लावली म्हणून त्यांना पद्मश्री पुरस्कार प्राप्त झाला. आज अनेक महिला अनेक क्षेत्रात उच्च पदावर आहेत उत्कृष्ट व्यवसायिक आहेत.उत्कृष्ट मॅनेजर आहेत. तर कुणी हौसेने उत्कृष्ट शिक्षक आणि उत्कृष्ट गृहिणी सुद्धा आहेत. परंतु दुसऱ्या बाजूला महिलांना योग्य रीतीने साक्षर न केल्यास योग्य शिक्षण न दिल्यास त्यांना कायम गुलामी सहन करावी लागते.मग ती मानसिक असो शारीरिक असो

की बौद्धिक असो..! ही गुलामी स्त्रीला पुन्हा जुन्या काळात नेऊन ठेवते. योग्य शिक्षण दिले तर तिचा छळ करणाऱ्याशी ती मुकाबला करू शकते. जिथे नारीचे पूजन केले जाते तिथे देवतांचा वास असतो. परंतु जर मुलींची संरक्षण केले. मुलीला जन्म दिला तरच उद्याची नारी आपल्याला जगाला सांभाळताना दिसणार आहे. "जिच्या हाती पाळण्याची दोरी ती जगाला उद्धारी", म्हणूनच मुलींचा जन्मदर वाढणे आणि तो वाढल्यावर मुलींना योग्य शिक्षण देऊन जीवन बळकट करण्यासाठी सक्षम करणे हाच जीवनाचा सर्वोच्च हेतू आहे. ज्येष्ठ विचारवंत आणि लेखक डॉक्टर आ. ह. साळुंखे म्हणतात क्षणोक्षणी शिकवते ते शिक्षण..!! आई, आत्या, काकी, बहीण, पत्नी अशा अनेक स्वरूपात मुलगी ही प्रत्येक नात्यातून कुटुंबाला सांभाळत असते. कुटुंबाला एकत्र ठेवत असते. महात्मा फुलेंना सक्षम

साथ दिली ती सावित्रीबाई फुलेंनी. छत्रपती शिवरायांना घडवले ते जिजाऊने. डॉक्टर बाबासाहेब आंबेडकर महान विद्वान झाले आणि मोठे झाले त्यामागे रमाबाई आंबेडकर यांची मोठी प्रेरणा आहे. म्हणूनच मुलींचा जन्मदर आणि त्यांना सक्षम शिक्षण देणे खूप गरजेचे ठरते. कुटुंबीयांची काळजी घेणे आणि कुटुंबाविषयी स्नेह पूर्वक वर्तन करणे हा मुलींचा स्थायीभाव असतो. त्या दृष्टीने समाजाचे सातत्य टिकवण्यासाठी मुलींचा जन्मदर वाढणे गरजेचे आहे आणि त्यासोबतच मुलींचे दर्जेदार शिक्षण महत्त्वाचे आहे. भगिनींच्या चेहऱ्यावरील आनंद पाहून आजच्या भौतिक सुखाच्या पाठी मागे लागलेल्या जगातील धकाधकीच्या युगातील सर्व दुःखे क्षणात नाहीशी होतात. या भगिनी म्हणजे उद्याच्या भारताचे भवितव्य आहे."कला म्हणजे सत्य, शिव आणि सौंदर्य मिलन आहे" असे परमपुज्य साने गुरुजी यांनी म्हटले आहे. समस्त महिला वर्गातील कला जागी ठेवणे आणि तिला फुलवत ठेवणे आपल्या सर्वांचेच कर्तव्य आहे. स्त्री कुटुंब आणि समाज हा त्रिकोण जितका बळकट इतका स्त्रियांचा आत्मसन्मान वाढत जाईल. महिलांनी देखील महिलांचा सन्मान करणे गरजेचे आहे. आज दूरदर्शन चित्रपट अधिक क्षेत्रातून महिलांचे हेडीस दर्शन दाखवले जाते अश्लील दर्शन केले जाते परंतु या पैशाच्या बाजारात कित्येक महिला या गोष्टीला नकारच देत नाहीत त्यामुळे महिलांची प्रतिमा मलिन होत आहे. जेव्हा एखाद्या वर्गामध्ये असा दुष्प्रभाव दिसून येतो तेव्हा तेथे मूलभूत उत्कृष्ट शिक्षणाची आठवण येते. आज गडचिरोलीसारख्या भयानक आदिवासी कुपोषित भागात डॉक्टर अभय आणि डॉक्टर राणी बंग काम करताहेत. अमरावती जिल्ह्यात पद्मश्री पुरस्कार प्राप्त स्मिता कोल्हे मनापासून कार्य

करीत आहेत. साधना आमटे यांनी तर बाबा आमटे यांना आयुष्यभर साथ दिली. त्यासाठी त्यांनी माहेरची आणि सासरची दौलत धुडकावून लावली आणि गरिबांसाठी स्वतःला वाहून घेतले. हा सगळा इतिहास योग्यरीतीने महिलांपुढे आला पाहिजे. तेव्हा कुठे शिक्षणाच्या गंगोत्री चे महत्त्व समजेल शिक्षणाचा संबंध प्रत्येक वेळी रोजगार आणि पैशा बरोबर नाही तर सुदृढ होण्यासाठी शिक्षण गरजेचे आहे.सावित्रीबाई फुले, रमाबाई रानडे, महात्मा फुले, महर्षी धोंडो केशव कर्वे या सर्व महान व्यक्तींनी स्त्रियांसाठी जीवन वेचले. ज्या वाईट प्रवृत्ती साठी समस्त पुरुष वर्ग बदनाम झाला आहे त्या दुष्प्रवृत्ती महिलांमध्ये येऊ लागल्या, मुलींमध्ये येऊ लागल्या तर तो मोठमोठ्या अभियानाचा आणि स्वतः शिक्षणाचा मोठा पराभव असेल. स्त्रीची प्रगती होणे म्हणजे तिचा पुरुष होणे असा अर्थ होत नाही. तर समान संधी समान दर्जा समान शिक्षण ही स्त्रीला मिळाले पाहिजे, हा यामागील अर्थ आहे. स्वतः महात्मा फुले महर्षी धोंडो केशव कर्वे स्वामीविवेकानंद रवींद्रनाथ टागोर इत्यादी महापुरुषांनी स्वतः जैविकदृष्ट्या पुरुष असून सुद्धा स्त्रियांसाठी संपूर्ण आयुष्य वेचले. हे आपण येथे ध्यानात घेतले पाहिजे महिलांना हवे तसे शिक्षण मिळण्यासाठी अजूनही ग्रामीण भागात काम करण्याची गरज आहे. तसे पाहिले तर बचत गटांच्या माध्यमातून महिला स्वतःच्या शिक्षणाचा कौशल्याचा पुरेपूर वापर करीत आहेत ही आनंदाची गोष्ट आहे. परंतु; अजूनही स्त्रियांमध्ये १००% साक्षरता नाही आणि दुसरी महत्त्वाची गोष्ट म्हणजे केवळ साक्षर असून उपयोगी नाही तर सुसंस्कारित महिला होण्यासाठी मुलींना योग्य शिक्षण सर्व अर्थाने दिले पाहिजे मु स्त्रीत्व कुठेतरी हरवले तर स्त्री-पुरुष समान तिला

एक वेगळेच वळण घेऊन स्त्रीच्या महानतेला गालबोट लागेल. म्हणूनच मूलभूत स्त्रीत्व जपून महिलांना सर्व प्रकारचे शिक्षण देणे गरजेचे आहे. जय हिंद

पत्रकार आतून जळतो म्हणून, समाज फुलतो..!

6 जानेवारी पत्रकार दिन त्यानिमित्त

समाजात काही चांगले घडायचे असेल, तर कोणालातरी राबावे लागते, कोणालातरी खपावे लागते, कोणालातरी ध्येयासाठी गाडून घ्यावे लागते, कुणाचा तरी जीव फुटावा लागतो, छातीमध्ये ध्येयाचा अंगार फुलावा लागतो, काळीज जळावे लागते आणि त्यातून निर्माण होणाऱ्या अग्नीतून ध्येय प्राप्ती करून घ्यावी लागते असे निवडक घटक समाजात आहेत ज्यांच्या कष्टामुळे राबत राहण्यामुळे समाज घडत असतो फुलत असतो. पत्रकार हा शब्द केवळ बातमी छापणे या कृतीची संबंधित नाही. जे काही घडतंय ते आपल्यासमोर मांडले ते लिहून काढलं ते छापलं आणि ते वर्तमानपत्र साप्ताहिक मासिक यातून छापून ते खपलं की झालं पत्रकाराचं काम..... असं कधी नसतं... सहा जानेवारी अठराशे 32 रोजी बाळशास्त्री जांभेकर यांनी या हेतूने पत्रकारितेची मुहूर्तमेढ रोवली तो हेतू तळागाळातील समाजाला आपल्या लेखणीतून

न्याय मिळावा अन्यायाला वाचा फोडावी गोरगरीब वंचित पीडित शोषित ज्यांना आपले म्हणणे मांडण्याचा वाव नाही त्यांचे म्हणणे संपूर्ण समाजासमोर मांडावे असा होता. आज कितीही व्यावसायिकता आली तरी पत्रकार आतून समाजासाठी जळत असतो......!! विविध समस्या मांडत असतो बातमी हा त्याचा जीव असतो. आरोग्य शिक्षण बांधकाम समाज सेवा समाज कल्याण अशा अनेक ॲंगलमधून आपल्या लेखणीचा संचार करत पत्रकार हा समाजासाठीच पळत असतो प्रत्येक क्षेत्रात काही कमी-जास्त असतेच त्याप्रमाणे ही व्यावसायिकता बऱ्याच अंशी अपरिहार्य बनली आहे.महाराष्ट्राला किंबहुना भारताला राबणाऱ्या झटणाऱ्या पत्रकारांचा मोठा इतिहास आहे. लोकमान्य टिळक, आचार्य अत्रे, गोपाळ गणेश आगरकर, विष्णुशास्त्री चिपळुणकर अशी ही फार मोठी उज्वल परंपरा आहे. गोपाळ गणेश आगरकर यांचे लेख असोत की विष्णुशास्त्री चिपळूणकर यांचे निबंध असो अथवा काळ करते शिवरामपंत परांजपे यांचे लेखन असो या सर्वा तून पत्रकारांचे आगळीवेगळी काळीज प्रत्ययास येते. संतांचा समाजसुधारकांचा विचार केला तरी कुठेतरी समाजासाठी लिहिणे हा धागा समान दिसतो. त्यातूनच पत्रकार जन्माला येतो. समाज सुधारक तर अनेक वेळा पत्रकार अथवा साहित्यिक होते महानायक विश्वरत्न डॉक्टर बाबासाहेब आंबेडकर यांनी प्रबुद्ध भारत, मूकनायक ही साप्ताहिके मासिके प्रकाशित केली.त्यातून समाजासाठी तळमळीने उत्कटतेने लेखन केले महान समाजसेवक महर्षी धोंडो केशव कर्वे यांचे सुपुत्र महान समाजसुधारक रघुनाथ धोंडो कर्वे यांनी "समाजस्वास्थ्य" मधून परखड लेखन केले. त्यावेळी अस्पृश्य समजला जाणारा निंदेला

धनी असणारा कुटुंब नियोजन हा विषय त्यांनी मोठ्या धाडसाने समाजस्वास्थ्य मधून संयमी स्वरूपात हाताळला. त्यावेळी त्याची खूप निंदा झाली धर्मात ढवळाढवळ करणारे विचार आणि कौटुंबिक जीवनात डोकावणारा आगाऊपणा अशा भाषेत अवहेलना झाली...... परंतु कर्वे डगमगले नाहीत प्रचंड अपमान अवहेलना सहन करीतच त्यांनी आपले कार्य सुरू ठेवले. आज कुटुंबनियोजनाचा एकविसाव्या शतकात डंका वाजवला जात आहे.कुटुंब नियोजन करणाऱ्या साधनांची खुलेआम स्वतः सरकार जाहिरात करीत आहे. मात्र आज रघुनाथ धोंडो कर्वे आपल्या सोबत नाहीत. तरीही लेखणीची ताकद आपल्याभोवती तेजोवलय बनवून उर्जा देत आहे. अठराशे ५६ सली यांचा जन्म झाला ते दोघेही जिवलग मित्र लोकमान्य टिळक आणि गोपाळ गणेश आगरकर यांनी संपूर्ण जीवन समाजसेवा समाज सुधारणा यासाठी व्यतीत केले आणि असे करत असताना पत्रकारिता हा त्यांनी जीव की प्राण मानला. पत्रकारिता हे फार मोठे शस्त्र मानली आणि शब्दांच्या फटकार यांनी जग जिंकले समाजाविषयी तळमळीने प्रश्न मांडले स्वातंत्र्य सामाजिक सुधारणा शैक्षणिक सुधारणा अशा अनेक विषयांना स्पर्श केला अठराशे ८१ सालि लोकमान्य टिळकांनी केसरी आणि मराठा ही वर्तमानपत्रे सुरू केली मोठ्या कष्टाने चालवली प्रतिकूल परिस्थितीत लेखन केले. सरकारचे डोके ठिकाणावर आहे काय ,राज्य करणे म्हणजे सूड उगवणे नव्हे; अशा अग्रलेखातून जळजळीत पणे सामाजिक समस्यांवर राजकीय भूमिकांवर कोरडे ओढले. लोकमान्य टिळकांची पत्रकारिता जितकी जहाल तितकी काळजात घुसणारी होती. अठराशे अष्टयात्तर मध्ये दसऱ्याच्या दिवशी गोपाळ गणेश

आगरकरांनी सुधारक वर्तमानपत्र काढले सामाजिक सुधारणा किती महत्त्वाच्या आहेत हे समाजाला पटवून दिले. त्यांचे पत्रकारिते वरील प्रेम अत्यंत उत्कट होते या प्रेमापोटी समाजाच्या तळमळी पोटी त्यांनी वजनांचे सर्व जातीचे बोलणे खाल्ले अवहेलना अपमान सहन केला गोपाळ गणेश आगरकर यांना स्वतःच्या ह्यातीतच म्हणजेच स्वतःच्या जिवंतपणीच स्वतःची प्रतिकात्मक प्रेतयात्रा पहावी लागली.... त्यांच्याच समाजाने त्यांना बहिष्कृत केले अठराशे ५६ ते अठराशे ९५ अशा केवळ ३९ वर्षांच्या आयुष्यात गोपाळ गणेश आगरकरांनी पत्रकारितेतून सामाजिक प्रश्न स्त्रियांचे प्रश्न अस्पृश्यांचे प्रश्न शोषितांचे वंचितांचे प्रश्न मोठ्या हिमतीने मांडले याच काळात महान समाजसुधारक महात्मा फुले यांनीसुद्धा दीनबंधू मधून प्रखर लेखनास प्रोत्साहन दिले. काळकर्ते शिवरामपंत परांजपे असोत की विष्णुशास्त्री चिपळूणकर असोत अशा अनेकांनी पत्रकारिता हा आपला धर्म, "खिचो ना कमानको ना तलवार निकालो जब तोफ हो मुकाबिल तो अखबार निकालो" अशा भावेत पत्रकारितेचा यज्ञ मांडला. आजही पत्रकारांचे महत्त्व तितकेच अबाधित आहे. शिक्षण आरोग्याच्या समस्या आहेत. सामाजिक उलथापालथ होत असते. वाढत्या लोकसंख्येचे प्रश्न आहेत. आर्थिक समस्या आहेत. भारत देश तरुणांचा आहे. समाज कल्याण विषयक गुंतागुंतीचे प्रश्न आहेत. या सर्व पार्श्वभूमीवर पत्रकारांची भूमिका अत्यंत महत्त्वाची ठरत आहे. एखाद्या शहरात या एखाद्या चौकात अथवा रस्त्याकडेला कचरा पडलेला असेल तरी आपल्याला संबंधित सरकारी यंत्रणेची आठवण तर होते. पण दुसऱ्याच क्षणी पत्रकारांची आठवण येते..... ही समस्या कोठे छापून आली आहे काय, अशी भावना माणसाच्या

मनाला स्पर्श करून जाते पत्रकारितेचे महत्त्व लक्षात येते. वाचकांची पत्रे असोत, अग्रलेख असो, विशिष्ट महत्त्वाच्या पुरवण्या असोत, महत्त्वाची राजकीय वार्तापत्र असोत अशा अनेक अंगांनी पत्रकारितेचा एकाप्रकारे आनंदच समाज घेत असतो. क्रीडा समीक्षा चित्रपट परीक्षण या बाबी एका बाजूला सुतकी बोधकथा राशीभविष्य विनोद असत अशा सर्व दृष्टींनी पत्रकारिता खोलवर रुजत आहे. पी साईनाथ, रविश कुमार, जसवंत सिंग अशा पत्रकारांमुळे पत्रकारितेचे महत्त्व अबाधित आहे प्रचंड कष्टाने आणि सांगोपांग अभ्यासाने लेख लिहिले जातात. अग्रलेख लिहिले जातात समस्या मांडल्या जातात असे बहुआयामी बहुमुखी समाजाभिमुख क्षेत्र म्हणजे पत्रकारिता होय. ज्ञान आणि मनोरंजन या दोन्ही बाबी हातात हात घालून चालत असताना समाजातील अंतर्गत ढवळाढवळ उलटापालट प्रकर्षाने समाजासमोर मांडणे हे पत्रकारांचे व्रत असते. आज पत्रकारांनाही अनेक समस्या भेडसावत असताना पत्रकारिते वरील त्यांचे प्रेम तसूभरही ढळत नाही. एखाद्या वर्तमानपत्राची एखादी पुरवणी देखील प्रसिद्ध करायची म्हटले तर त्यामागे किती कष्ट असतात हे एखाद्या पत्रकाराला उपसंपादकाला अथवा संपादकाला विचारलेले बरे...!! आपले लेखन प्रसिद्ध भावी आपली कविता प्रसिद्ध व्हावी अशी सामान्य नागरिकाला वाटते आणि ते प्रसिद्ध झाल्यावर त्याचा आनंद गगनात मावेनासा होतो. ही पत्रकारितेची फलित आहे एकूणच चहूबाजूंनी पत्रकार समस्यांची भिडत असताना स्वतः समस्या समाजासाठी झटत असतो म्हणूनच त्यांच्या लेखणीला पत्रकारितेला आज पत्रकार दिन दिवशी मनःपूर्वक सलामसलाम....!

छत्रपती शिवाजी महाराज यांना एका भक्ताचे पत्र जन्माला या, शिवराय पुन्हा..!

परम आदरणीय, स्वराज्यनिर्माते छत्रपती शिवाजी महाराज, अखंड विश्वाचा मानाचा मुजरा

पराक्रम, शौर्य, सहनशक्ती, नियोजन, रयतेवरील प्रेम या सर्वच बाबतीत आपण जगातील सर्वोत्कृष्ट राजे आहात. २१ व्या शतकातील एकविसावे वर्ष आम्ही जगत आहोत. महाराज, आज संपूर्ण पिढीला आपल्यासारख्या परम आदरणीय महापुरुषाची गरज भासत आहे. स्त्रिया, लहान मुले, वृद्ध असे सर्वच घटक आपणास प्रचंड आदरणीय होते.

स्वराज्यावरील प्रेम हा तुमचा आत्मा होता. मातृभक्ती तुमच्या नसानसात भिनली होती. केवळ वयाच्या तिशीच्या आतच अफजलखानासारख्या क्रूरकर्मा राक्षसाला तुम्ही प्रचंड इच्छाशक्ती, स्वराज्यावरील प्रेम आणि काटेकोर नियोजन या जोरावर यमसदनी धाडले. आज दहशतवाद केवळ भारतच नव्हे तर कित्येक देशांमध्ये फोफावला आहे; अशा

वेळी तुमची नीति, स्वराज्यप्रेम, नियोजन आणि सवंगड्यांची ताकद मिळवण्याचे कसब या सर्वांची नितांत गरज भासत आहे ! स्वराज्यावर, जनतेवर खरेखुरे प्रेम करणाऱ्या सवंगड्यांना एकत्र करणे, त्यांची मोट बांधणे हे सद्गुण आता दुर्मिळ झाले आहेत. संघटनकौशल्य जीवनामध्ये अत्यंत महत्त्वाचे असते. हे संघटनकौशल्य आजच्या तरुण पिढीला शिकविण्यासाठी तुमच्यासारखा दिपस्तंभ आवश्यक आहे. शाहिस्तेखान, अफजलखान अशा क्रूरकर्मा राक्षसांना धडा शिकवितेवेळी तुमचे धैर्य, शौर्य अतुलनीय होते. हे शौर्य आणि धैर्य आज आपली संरक्षण व्यवस्था वगळता सार्वजनिक जीवनात दुर्मिळ झाले आहे. चांगुलपणा नाही; असे नाही. परंतु स्वार्थ बोकाळला आहे. तत्कालिक स्वार्थासाठी लोक काहीही करायला तयार होत आहेत. शहाजीराजा वारस खरेतर विलासामध्ये जगायला हवे होते. परंतु आपण तळहातावर शीर ठेवून कोवळ्या वयात स्वराज्याची शपथ घेतली. "हे राज्य व्हावे ही श्रीं ची ईच्छा", असे तत्व उराशी बाळगून प्रचंड धाडसी मोहिमा केल्या. प्रचंड त्याग हे तुमच्या व्यक्तिमत्त्वाचे महत्त्वाचे वैशिष्ट्य होते. आज त्याग संयम तरुण पिढी मध्ये जवळ जवळ नाहीच! त्यामुळे खराखुरा आनंद आणि त्यातून मिळणारे यश याला तरुण पिढी पारखी होत आहे. "देणाऱ्याने देत जावे, घेणाऱ्याने घेत जावे, घेता घेता एक दिवस देणाऱ्याचे हात घ्यावे". म्हणजेच देण्याची वृत्ती घ्यावी, असे महान ज्ञानपीठ विजेते कवी विंदा करंदीकर सांगून गेले. महाराज आपण केवळ पन्नास वर्षांच्या आयुष्यात रयतेला देतच राहिला; आज कमीत कमी श्रमात जास्तीत जास्त मोबदला कसा मिळेल याकडे तरुण पिढी आकर्षिली जात आहे.प्रचंड कष्ट करणे, संयम ठेवणे, कुटुंबावर प्रेम

करणे, पराकोटीचा स्वार्थ त्याग हे आपले सद्गुन आजच्या पिढीत येण्यासाठी तुमचा जन्म गरजेचा आहे. महत्त्वाचे म्हणजे आपण तानाजी मालुसरे, नेताजी पालकर असे अनेक जीवाची बाजी लावणारे मावळे निर्माण केलेत. जवळ केलेत.त्यांना स्वराज्याचे महत्त्व पटवून दिले. बंधूप्रमाणे प्रेम दिले.एकत्र येऊन स्वराज्याच्या दुश्मनांशी कसे लढायचे याचे शिक्षण आपण घेतले आणि त्याच्याच फलस्वरूप आपल्याला अजरामर स्वातंत्र्य मिळाले. स्वराज्य मिळाले. आज तरुण पिढी चंगळवादाच्या मागे लागली आहे. अर्थात यामध्ये तिचा पूर्ण दोष नाही. खरेतर जुन्या पिढीने नव्या पिढीला जवळ घेऊन प्रेमाने समजावून सांगायला हवे. ते दुर्मिळ झाले आहे. आईवडीलच जर तासन्तास टीव्ही वरच्या मालिका पहात असतील; तर मुले काय करणार? आई-वडील आणि घरातील मोठी माणसे जर तासन्तास मोबाईलवर गेम खेळत असतील; तर मुले कुणाचा आदर्श घेणार? म्हणूनच थोर माता जिजामाता या तुमच्या गुरु ठरल्या. अशाच गुरुची आज गरज असल्यामुळे तुम्ही हवे आहात. संघटनकौशल्याच्या जोरावर व्यसनाधीनता, बेरोजगारी, गुन्हेगारी या सर्वांवरच मात करता येईल. "गुलामाला गुलामगिरीची जाणीव करून द्या म्हणजे तो अन्यायाने पेटून उठेल", असे घटनाकार विश्वरत्न डॉक्टर बाबासाहेब आंबेडकर म्हणतात. तुमचा, तसेच; महात्मा फुले, संत कबीर, गौतम बुद्ध यांचा आदर्श बाबासाहेबांनी समोर ठेवला. कित्येक महापुरुषांनी, संत, समाजसुधारक यांनीदेखील तुमचा आदर्श डोळ्यासमोर ठेवला तुमच्या समकालीन संत तुकाराम, संत रामदास यांचे तुम्ही प्राणपणाने आणि तळमळीने मार्गदर्शन घेतले. त्यांच्यावर गुरुसारखी प्रीती केली. इतकेच काय; तुम्ही त्यांच्या

आदर्श मध्ये लीन झाला. असा कनवाळूपणा, असे प्रेम आज दुर्मिळ झाले आहे. राजे ;परवाच संत सेवालाल यांची जयंती झाली. ते तुमच्या महापरिनिर्वाणानंतर सतराशे ३९ झाली जन्मले आणि त्यांनी क्रांती केली. संत, समाजसुधारक नव्हे तर अर्थतज्ञ, व्यापारी म्हणून देखील त्यांनी ख्याती प्राप्त केली. ते तुमच्या प्रमाणेच मोठे योगदान होते ही गोष्ट सांगण्याचे कारण म्हणजे यांच्या विषयी नव्या पिढीला काहीच माहिती नाही, असे जाणवले. केवळ सेवालाल नव्हे; तर संत जलाराम, बिरसा मुंडा इतकेच नव्हे; तर महाराष्ट्रातील सुद्धा संत नामदेव, संत ज्ञानेश्वर, संत एकनाथ, संत जनाबाई यांच्यापासून राष्ट्रसंत तुकडोजी महाराज, संत गाडगेबाबा, श्री. साईबाबा यांच्या विषयी देखील आत्ताच्या समाजाला माहिती करून घ्यावीशी वाटत नाही. मग आदर्श दूरच राहिले. हे सर्व का होत आहे? याचा गांभीर्याने विचार करण्याची, राजे ;वेळ आली आहे. म्हणूनच तुमचे जनतेवरील प्रेम, मातृभक्ती, अन्यायाविरुद्ध पेटून उठण्याची वृत्ती तसेच; कमी साधनांमध्ये सुद्धा लढाऊ बाणा, जिंकण्याची वृत्ती हे सर्व गुण असलेली नवीन पिढी निर्माण होणे आवश्यक वाटते. स्त्रियांवरील अत्याचार वाढत आहेत. मुलींवरील अत्याचार वाढत आहेत. तुम्ही स्त्रियांवर अत्याचार करणाऱ्यांचे अक्षरशः हात-पाय तोडले; तर त्यांना जबर शिक्षा दिली. आज अशा दहशतीची किंबहुना सामाजिक दहशतीची नितांत आवश्यकता आहे. म्हणूनच तुमच्या सारखे राजे अथवा नेता आज हवा आहे. स्त्रियांचा आदर करा, हे बाळकडू तुम्हाला जिजावूंनी पाजले. स्वराज्य मिळवा, सन्मानाने रहा, स्वाभिमानाने जगा, व्यसनमुक्त रहा अशी शिकवण तुम्हाला जिजाऊंनी दिली. स्वातंत्र्य म्हणजे

स्वैराचार नव्हे; हे तुम्ही जाणले होते. तुमच्या चरित्रातून सहज लक्षात येते. परंतु आज जी प्रचंड प्रगती झाली आहे, शास्त्रज्ञांनी रात्रंदिवस राबून शोध लावले.त्यांचा चुकीचा वापर चालू आहे. अनुचा शोध लागला आणि लोकांचे जीव गेले. अनेक शहरे बेचिराख झाली. शोध लावणारे शास्त्रज्ञना देखील पश्चात्ताप झाला. स्वसंरक्षणार्थ शस्त्र असते, दुसऱ्याला नष्ट करण्यासाठी नाही.हा विचार मागे पडला. प्रेम, आनंद, नियोजन, रयतेविषयी तळमळ हे गरजेचे आहे. राष्ट्रपिता महात्मा गांधी म्हणाले होते,"यंत्रयुग योग्य वापर करा; अन्यथा विनाश होईल ".ते काहीसे खरे ठरत आहे. दुचाकीचा शोध लागला, परंतु; दुचाकीवर मोबाईलवर बोलणे, तीन ते चार व्यक्ती बसणे आणि प्रवास करणे असे प्रकार चालू आहेत. हे एक छोटेसे उदाहरण पुरेसे बोलके आहे! आदर हा तुमचा प्रचंड अद्वितीय असा सद्गुन

होता. परंतु आता नव्या पिढीला, अगदी लहान मुलांनाही चांगल्या गोष्टी सांगितल्याचा राग येतो! आपण जिजाऊमासाहेबांची आज्ञा अंतिम मानली.आज्ञाधारकपणा, नम्रता, सेवा तीन सद्गुण तुमच्या व्यक्तिमत्त्वामध्ये अगदी मानाने विराजमान होते!! हे सद्गुण आज आज दुर्मिळ होत आहे. आपल्या विरोधी असलेल्या मताचा सन्मान करणे, म्हणजेच; "सहिष्णुता" होय. हा खूप मोठा सद्गुण तुमच्या व्यक्तिमत्त्वामध्ये होता. आज सहिष्णुता लोप पावत आहे. आपले विरोधी मत असणाऱ्याला नष्ट करणे यातच लोक धन्यता मानत असताना तुमचा उदारमतवादी दृष्टीकोन खूप मनापासून आठवतो .तुम्ही स्वतः राजे असूनही पदाने कमी दर्जाच्या असणाऱ्या व्यक्तींच्या मतांचा देखील मनापासून आदर केला.हा सद्गुन खूप महत्त्वाचा आहे. कारण हा सद्गुण नसेल तर वाईट प्रवृत्ती फोफावतात. आपुलकी रहात

नाही. स्वार्थ टोकाला जातो. इच्छित वस्तू, ईच्छित महत्वकांक्षा साध्य करण्यासाठी माणूस कोणत्याही स्तराला जातो. आपण प्रचंड पराक्रम गाजवला होता. गड, किल्ले, प्रत्येक गाव, प्रत्येक नागरिक आणि आपली माती यावर तुम्ही प्रचंड प्रेम केले ....शक्य असूनही तुम्ही विलासी वृत्तीच्या लोभात अडकला नाही. व्यसनाधीनता आज वाढत चालली आहे. अगदी छोट्या छोट्या गावातून सुद्धा गांजाची शेती केली जात आहे. हे अत्यंत क्लेशदायक आहे. अशा परिस्थितीत शिवबा तुमची आठवण काढली तरी बरं वाटते. मनाला दिलासा मिळतो. आज तुमच्या विचारांचा प्रसार गरजेचे आहे. केवळ सोळाव्या वर्षी जनतेविषयी तळमळ मनात ठेवून तुम्ही सवंगड्यांसह स्वराज्याची प्रतिज्ञा घेतली. आज १६-१७ वयाचे तरुण कोणत्या विचारांचे आहेत, याची तपासणी करणे गरजेचे आहे. विकास करीत असताना विकासाची व्याख्या, प्रगतीची व्याख्या मूलभूत मानवी मूल्यांना जवळ जाणारी आहे काय? याची तपासणी वारंवार करावी लागते. तरच विकासाला, प्रगतीला अर्थ राहतो. विज्ञान, तंत्रज्ञानाला मानवतेची जोड नसेल तर केवळ तकलादू प्रगती होते! तळमळ, प्रेम, आपुलकी शिल्लक राहत नाही. तुमचे व्यक्तिमत्व तर आपुलकी, प्रेम त्याच्या भोवती फिरणारे होते. आज अत्यंत किरकोळ स्वार्थासाठी देखील टोकाचे गुन्हे केले जातात. तुम्ही केवळ ५० वर्षांच्या आयुष्यात प्रचंड पराक्रम केले... आज वयाच्या तीस-पस्तीस वर्षांपर्यंत तरुण-तरुणींना जीवनाचा नेमका मार्ग सापडत नाही, हे अत्यंत धोकादायक आहे. त्यांची मोट बांधायला हवी. सर्वकाही आपल्या जवळ आहे, आपल्या राज्यात आहे, आपल्या भारतवर्षात आहे.परंतु ते सर्व समप्रमाणात

वाटून किंवा तसे कौशल्य निर्माण करून समता, बंधुता अशा मूल्यांची प्रतिष्ठापना नव्याने करणे गरजेचे आहे. "हे विश्वची माझे घर "असा उद्घोष आत्मविश्वासाने संत ज्ञानेश्वर माऊलींनी केला. याचा आपण अभ्यासही केला. म्हणूनच तुम्हाला आपली रयत जवळची वाटली. तुमच्या मनात संत, समाजसेवक, महापुरुष यांच्याविषयी प्रचंड आदर होता. आजही समाजात सुंदर कार्य करणारे पुरुष आणि स्त्रिया आहेत. महान समाजसेवक आहेत. परंतु ते कार्य नव्या पिढीपर्यंत जोमाने पोचले पाहिजे.या पिढीला त्या कार्यात जोडून घेतले पाहिजे ..! हे जोडून घेणे, तुम्हाला शिवबा; सहज जमले होते. अर्थात त्यासाठी आपण अपरिमित कष्ट उपसले. कुटुंबापासून दूर राहिला. लोभ, मोह ,माया, मत्सर या सर्वांपासून दूर राहिला. सर्वांवर समान प्रेम केले. कधीही संपत्ती, सत्ता- त्याच्या मोहात आपण अडकला नाही. किंबहुना तसा आपल्याला कधी मोह झालाच नाही!! तात्पुरत्या सुखासाठी मानवी मूल्यांवर आघात करणे हे जणू आजचे रोजचे जगणे झाले आहे. शिवबा; आपण जपलेले जीवनाचे सार आज अर्थपूर्ण जीवनासाठी गरजेचे आहे.आपण स्वतः राजे होता.आपणास राजकारण माहित आहे. परंतु ते आजच्या काळासारखे राजकारण नव्हतेच. समाजाच्या भल्यासाठी, केवळ साधन म्हणून वापरलेली सत्ता होती. आज द्वेषातून सत्ता निर्माण होते. संपत्तीतून सत्ता मिळते ; पुन्हा पुन्हा सत्तेतून संपत्ती मिळवली जाते. हे दुष्टचक्र भेदणे गरजेचे आहे. म्हणून तुमचा जन्म आवश्यक वाटतो. किंबहुना ती आजची सर्वोच्च गरज बनली आहे.... पैसा, संपत्ती, गाडी, बंगला त्याच्या पलीकडे जाऊन मानसिक समाधान मिळवण्यात मिळवणे गरजेचे आहे. मात्र

त्यासाठी शोषित, पीडित, जनतेच्या दुःखात आपले दुःख मानले पाहिजे. त्यांच्यासाठी झटले पाहिजे. तरच त्यांचा दुवा मिळेल.केवळ स्वतःसाठी धडपडत राहिलो, तर सुख मिळणार नाही. इतरांसाठी झटले पाहिजे, हे तुमच्या आयुष्याची ब्रीद होते! ते आज अवलंबणे गरजेचे आहे. नव्या युगात निर्माण झालेली समस्यांची वर्तुळे भेदण्यासाठी माणुसकी आणि इतरांच्या भल्यासाठी झटणारे हात हवे आहेत. जे हात आहेत,त्यांना सशक्त करायला हवे! तुझे आहे तुजपाशी, परी तू जागा चुकलासी अशी अवस्था आज झाली आहे. म्हणून तुमची तत्वे गरजेची आहेत. शिवबा, पुन्हा जन्माला या !! शिवबा पुन्हा जन्माला या...!!

माझे कुटुंब, माझी जबाबदारी कोरोनावर, घरच्याघरी मात करी

"माझे कुटुंब माझी जबाबदारी" हा सुंदर उपक्रम सरकारने सुरू केला आहे. त्याला जनतेने सहकार्य करणे, अत्यंत आवश्यक आहे. जीव धोक्यात घालून सेवाभावाने कर्मचारी आणि स्वयंसेवक घरोघरी सर्वे करत आहेत आणि जनतेला दिलासा देत आहेत.हा लेख लिहित असताना आज दिनांक २१ सप्टेंबर २०२० रोजी एका दिवसात तब्बल ३२ हजार रुग्ण महाराष्ट्रात रेकॉर्डब्रेक बरे झाले आहेत...!! रुग्ण जरी वाढत असले तरीही, बरे होण्याची टक्केवारी वाढत आहे. संपूर्ण भारतामध्ये ५० लाखाहून अधिक रुग्ण बरे झाले आहेत. खुद्द सातारा जिल्ह्यात २१ हजार रुग्ण बरे झाले आहेत, तर महाराष्ट्रामध्ये हा टक्का ९ लाखापेक्षा अधिक आहे. संपूर्ण जगामध्ये तीन कोटी बाधित पैकी तब्बल सव्वादोन कोटी बाधित पूर्णतः बरे झाले आहेत. भारतामध्ये बरे होण्याचा दर ७९ टक्यांवर पोचला आहे. तर महाराष्ट्रामध्ये हाच दर ७० टक्केहून अधिक झाला आहे. प्रशासकीय पातळीवर आपण कोरोनाशी

एकजुटीने लढत आहोत. अनेक बंधू-भगिनी मुक्त होत आहेत. घरच्या घरी बरे होणारी रुग्ण हजारोच्या संख्येत आहेत यासाठी काय काळजी घ्यावी यासंदर्भात प्रशासनाने सविस्तर नियम जाहीर केले आहेत अशा वेळेला चहूबाजूंनी जागरुकता बाळगणे, नागरिकांचे कर्तव्य ठरत आहे. प्रशासनाने घालून दिलेले, शासनाने सांगितलेले नियम काटेकोरपणे पाळणे गरजेचे आहेच; परंतु त्यासोबतच काही सामाजिक वाईट तत्त्वे बाजूला ठेवली पाहिजेत. कानावर येणारे तसेच; समाज माध्यमातून आपल्यापर्यंत पोहोचणाऱ्या सगळ्या गोष्टी खऱ्या नसतात. तार्किक दृष्टीने आणि अधिकाऱ्यांनी सांगितलेल्या, शासनाने सांगितलेल्या गोष्टींवर विश्वास ठेवणे गरजेचे आहे. आज कुटुंबात, समाजात सकारात्मक वातावरण ठेवणे अत्यंत गरजेचे आहे. टेस्टची संख्या वाढल्यामुळे रुग्णांची संख्या वाढत आहे, हे आपण लक्षात घेतले पाहिजे.मुंबई मधील धारावी पॅटर्न यामुळेच प्रसिद्ध झाला आहे. फिलीपिन्स देशातील मनिला मध्ये सुद्धा धारावी पॅटर्न अवलंबला जात आहे,ही आपल्याला गौरवाची गोष्ट आहे...!! अन्यथा अफवांचा खूप मोठा धोका समाजाच्या स्वास्थ्याला उद्भवू शकतो. सातत्याने मास्क वापरणे, सामाजिक अंतर पाळणे आणि वारंवार हात धुणे ही यशाची आणि सुरक्षेची त्रिसूत्री ठरली आहे. नव्या नियमानुसार शासकीय कार्यालय, तसेच खासगी कार्यालयांमध्ये कंटेनमेंट झोन वगळून शंभर टक्के उपस्थिती आहे. कंटेनमेंट झोन वगळून अनेक दुकानांनाही दिवसातला ठरवून दिलेला वेळ उघडे ठेवण्याची परवानगी आहे. मात्र, याचा अर्थ संकट पूर्णपणे संपले आहे, असा नसून काळजी सुद्धा आणि खबरदारी सुद्धा १००% घ्यावयाची आहे. प्रत्येक गावात ग्राम समिती आहे. त्या ग्राम

समितीला गावकऱ्यांनी सहकार्य करणे गरजेचे आहे तसेच जे बाधित आहेत, त्यांना गावकऱ्यांनी चांगली वागणूक देणे आवश्यक आहे. सकारात्मक राहणे गरजेचे आहे. जनतेच्या सोयीसाठी शिथिलता देण्यात आली आहे. ती गरजेनुसार वापरावी. सरसकट बाहेर पडू नये. काटेकोर निर्बंध पाळावेत. जनतेच्या अडचणी ओळखून आणि परिस्थितीचा अभ्यास करून प्रशासनाने सातारा जिल्ह्यामध्ये शिथिलता दिली आहे. लस लवकरच येणार आहे त्या बाबतचे संशोधन अंतिम टप्प्यात आहे मात्र, गाफील राहू नये. विषाणूचा धोका पूर्णपणे टळलेला नाही. पूर्वीप्रमाणेच सर्व वैयक्तिक, सामाजिक आणि कौटुंबिक नियम तंतोतंत पाळणे गरजेचे आहे. शिथिलता याचा अर्थ; "आता धोका नाही" असा जनतेने कृपया घेऊ नये. जनतेच्या अडचणी ओळखून सामान्य लोकांच्या सोयीसाठी प्रशासनाने हा निर्णय घेतला आहे. त्याचा आदर ठेवून आणि स्वतःची जबाबदारी ओळखून सामाजिक अंतर पाळूनच सर्व व्यवहार करणे गरजेचे आहे. वारंवार हात धुणे, चेहऱ्याला वारंवार स्पर्श न करणे, अत्यावश्यक गोष्टीसाठी बाहेर पडणे, मास्क वापरणे, कोणत्याही जागेत थुंकू नये, हस्तांदोलन न करता लांबूनच हात जोडून नमस्कार करणे अशा सर्वच गोष्टी पूर्वीप्रमाणेच पाळाव्यात. वारंवार हात धुण्याचा आणि मास्क वापरण्याचा कंटाळा करू नये. कार्यालयीन तसेच; इतर कर्मचाऱ्यांनी आणि सर्वच नागरिकांनी, घरी गेल्यावर विशेष काळजी घ्यावी आणि सर्व आवश्यक त्या गोष्टी पाळाव्यात. आपल्या आयुर्वेदिक मंत्रालयाने सुचविलेल्या अनेक सुंदर गोष्टी आहेत :

१) हळद टाकून गरम पाणी गुळण्या करणे. यालाच; " गोल्डन

वॉटर" म्हणतात.

२) हळद आणि सुंठ टाकून गरम दूध पिणे, यालाच; "गोल्डन मिल्क" म्हणतात.

३) खोबरेल तेल किंवा तिळ तेल किंवा मोहरीचे तेल नाकात दोन थेंब सोडणे.

४) दोन ते तीन मिनिटे खोबरेल तेल किंवा तिळाचे तेल तोंडात धरून नंतर थुंकणे आणि लगेच गरम पाण्याच्या गुळण्या करणे.

५) रोज दहा ग्रॅम चवनप्राश खाणे.

६)काळी मिरी, काळे मनुके, दालचिनी, सुंठ, तुळशीची पाने, गुळ हे सर्व दहा मिनिटे पाण्यात उकळावे आणि त्यातून तयार झालेला आयुर्वेदिक काढा प्राशन करणे.

७) रोज नियमितपणे तीस मिनिटे योगासने, ध्यानधारणा ,प्राणायाम करणे.

८) रोज एक "आवळा" कोणत्याही स्वरूपात खाणे.

९) "आर्सेनिक अल्बम थर्टी" या गोळ्या सल्ल्यानुसार खाणे .

१०) "संशमनी वटी", या गोळ्या रोज सकाळी संध्याकाळी एक-एक अशा पद्धतीने पंधरा दिवस सल्ल्यानुसार खाणे.

११) बाहेरचे अन्न अजिबात न खाता घरात शिजवलेला पौष्टिक गरम आहार घ्यावा.

१२) वारंवार गरम पाणी पिणे, तसेच ;गरम पाण्याची वाफ घ्यावी.

१३) मास्क वापरणे, सामाजिक अंतर आणि वारंवार हात धुणे .

१४) जेवण करीत असताना कमीत कमी बोलणे.

अशा गोष्टी आता रोजच्या जीवनशैलीचा भाग झाल्या पाहिजेत. गावोगावी ग्राम समिती तसेच शहरातून वेगवेगळे प्रभाग विलगीकरणसाठी कष्ट घेत आहेत. विलगीकरण प्रक्रियेला पूर्ण सहकार्य करणे गरजेचे आहे. बाहेरून आलेल्या नागरिकांवर करडी नजर ठेवावी आणि आपले कर्तव्य बजावावे. "स्वच्छता" सर्वप्रकारे सर्व ठिकाणी पाळणे; हा तर आपला रोजचा मूलमंत्र बनला पाहिजे. राष्ट्रसंत तुकडोजी महाराज आणि संत गाडगेबाबा यांचे संस्कार असलेला आपला समाज आहे.म्हणूनच स्वच्छता हा आपला "जीवितधर्म" बनवावा. जेणेकरून संसर्ग रोखला जाईल. विषाणूचा संसर्ग पूर्णपणे नष्ट झालेला नाही. साखळी पूर्णपणे तुटलेली नाही. त्यामुळे रोजचे जीवन जगण्यात सुसह्यता यावी, एवढाच हेतू शिथिलता देण्यामागे आहे. परस्परातील मतभेद विसरून सर्वांनी मिळून मुकाबला करणे गरजेचे आहे. प्रत्येक गाव आणि प्रत्येक शहर हे जणू "एक राष्ट्र" बनणार आहे. बाधित झालेले आणि त्यानंतर बरे झालेले तसेच; संपर्कात येऊन अथवा प्रवास करून विलगीकरण असलेल्या नागरिकांशी अत्यंत आपुलकीने वागणे गरजेचे आहे. मनाचा संकुचितपणा: माझे घर, माझी गल्ली आणि फक्त माझा गाव असा विचार अत्यंत धोक्याचा ठरणार आहे. संत ज्ञानेश्वर माउलींनी " हे विश्वची माझे घर "असा एकात्म संस्कार महाराष्ट्रावर केला आहे, हे आपण विसरता कामा नये. "मला काय त्याचे", अशी बेफिकीर वृत्ती असणे बरोबर नाही. आपल्या राज्यात गावोगावी ज्ञानेश्वरीचे पारायण

होते. तुकोबांच्या अभंगाची तर सुभाषिते झाली आहेत... हे सर्व लक्षात घेता आता एकमेकांसाठी झटणे, गावाचा विचार करणे गरजेचे बनले आहे.आरोग्य, पोलीस, महसूल प्रशासनाला, अंगणवाडी सेविका, आशाताई, आरोग्य सेवक, आरोग्य सेविका, आरोग्य केंद्रांमधील सर्व सहकारी, पोलीस जीवावर उदार होऊन, प्रत्यक्ष समाजात जाऊन; घरोघरी जाऊन काम करीत आहेत. जिल्हाधिकारी, जिल्हा परिषदेचे मुख्य कार्यकारी अधिकारी, जिल्हा शल्यचिकित्सक, जिल्हा आरोग्य अधिकारी, जिल्हा पोलीस अधीक्षक, जिल्हा माहिती अधिकारी अशा जबाबदार अधिकार्यांपासून ते तळागाळातल्या कर्मचार्यांपर्यंत सर्वजण अत्यंत तळमळीने समाजासाठी झटत आहेत. कार्यालयातून काम करणारे कर्मचारी, तसेच; सामाजिक काम करणाऱ्या संस्था, सामाजिक कार्यकर्ते इतकेच नव्हे तर; पत्रकार बंधू सुद्धा जीवावर उदार होऊन स्वतःचे कर्तव्य बजावत आहेत. "ग्राम समिती" आणि शहरातील "प्रभाग समिती" यांना सर्व बाबतीत सहकार्य करावे. फेसबुक, व्हाट्सएप, इंस्टाग्राम अशा समाज माध्यमांचा वापर अत्यंत सकारात्मक आणि प्रबोधनासाठी करावा. कलाकार, लेखक, गायक, विविध प्रकारचे तंत्रज्ञ इत्यादी जबाबदार घटकांनी आपल्या कलेचा वापर, सर्व नियम पाळून; समाजात जागृती साठी करावा. गावोगावी सरकार तर्फे आयोजित केलेल्या प्रशिक्षणाला प्रतिसाद द्यावा. त्यासोबतच अत्यंत महत्त्वाचा मुद्दा मांडावासा वाटतो की; सुशिक्षित नागरिक, तसेच; शिक्षण घेत असलेले तरुण-तरुणी तसेच; इतर जागरूक यांनी नियंत्रण करण्याचे सर्व नियम स्वतः जाणून घ्यावेत आणि त्याचा आपल्या कमी शिकलेल्या, कामगार इत्यादी बंधूंपर्यंत

प्रसार करावा. दिव्यांग, गर्भवती स्त्रिया, वृद्ध, लहान मुले इत्यादी घटकांची विशेष काळजी घ्यावी.हे आपले राष्ट्रीय कर्तव्य समजून करावे. सप्टेंबर २०२० आता संपत आला आहे. आपण गेले चार ते पाच महिने प्राणपणाने मुकाबला करीत आहोत. आपण मुक्त होणार आहोत. संपूर्णपणे काळजी घेत असताना दारू, सिगारेट, तंबाखू अशा व्यसनांपासून सुद्धा पण दूर राहिले पाहिजे. एकंदरीतच;

आपुलकी, मानवता, शासन, प्रशासनाबद्दलचा आदर, आपल्या देशबांधवांवरील प्रेम आणि त्यांना केलेले जीवापाड सहकार्य, या सर्व मुल्यांचा अवलंब करून या महासंकटावर आपण मात करू या.... संघर्ष आणि खंबीर लढवय्येपणाचा भारताचा इतिहास पाहता हे अजिबातच अशक्य नाही..!

❧

क्षणोक्षणी उत्साह देते, साने गुरुजींची शिक्षणनिष्ठा

महान शिक्षक परमपूज्य साने गुरुजी यांची जयंती नुकतीच म्हणजे दिनांक २४ डिसेंबर रोजी उत्साहात साजरी झाली.त्यानिमित्त हे छोटेसे विचारमंथन

एखाद्या स्त्री सारखे कोमल रुदय असलेले जगातील महान शिक्षक, मार्गदर्शक आणि तत्वज्ञ म्हणजे साने गुरुजी होत. महाराष्ट्रातील एक उपक्रमशील शिक्षक श्री. रणजीतसिंह डिसले यांना ग्लोबल टीचर पुरस्कार मिळाला आणि संपूर्ण जगात महाराष्ट्राचा आणि भारताचा सन्मान झाला. या पार्श्वभूमीवर साने गुरुजींविषयी लिहिताना खूप आनंद वाटत आहे. शिक्षण क्षेत्र म्हणजे केवळ एक शासकीय अथवा नोकरी मिळवण्याचे साधन नसून शिक्षण ही तत्त्वप्रणाली आहे. शिक्षण हा जीवनाचा गाभा आहे. शिक्षण हे खरेखुरे आनंदाने जगण्याचे साधन आहे, या तत्वावर चालणारा आणि जीवननिष्ठा बाळगणारा महान शिक्षणप्रेमी अशी सानेगुरुजी यांची संपूर्ण जगात ओळख आहे. केवळ

शिक्षकच नव्हे; तर समाजसेवक, समाजसुधारक, तत्त्वचिंतक, विचारवंत आणि साहित्यिक अशा चहुबाजूंनी सानेगुरुजी यांचे व्यक्तिमत्व भरलेले दिसून येते. अठराशे ९९ ते १९५० अशा केवळ एक्कावन वर्षांच्या आयुष्यात त्यांनी महान शिक्षक कसे असावे याचा आदर्श घालून दिलाच; पण त्यासोबतच तब्बल ७३ अत्यंत महत्वाची पुस्तके लिहून आपण श्रेष्ठ दर्जाचे आणि समाजसुधारकदृष्टीचे साहित्यिक आहोत; हे सुद्धा सिद्ध केले. "श्यामची आई"ही साहित्यकृती तर केवळ एक पुस्तक नसून किंवा केवळ एक दर्जेदार लेखन एवढाच अर्थ नसून हे पुस्तक म्हणजे आई कशी असावी आईने संस्कार कसे करावेत आईचा पुत्र कसा असावा हे सर्व दर्शविणारा एक अमृताचा ठेवा आहे. म्हणूनच साने गुरुजींना आचार्य अत्रे यांनी "अमृताचा पुत्र" असे म्हटले आहे. राष्ट्रपिता महात्मा गांधी, आचार्य विनोबा भावे अशा महान संत प्रवृत्तीच्या विभूतींच्या विचारांच्या मुशीतून सानेगुरुजी घडले. खऱ्या अर्थाने "गुरुजी" म्हणावे असे ते दिवस होते. दुर्दैवाने आज एकविसाव्या शतकात काही शिक्षकांना गुरुजी म्हटलेले आवडत नाही. कारण इंग्रजांनी रूढ केलेला "सर" हा शब्द त्यांना प्रिय वाटतो. तरीसुद्धा एखाद्या सहकारी संस्थेत शिक्षक जेव्हा सत्तेसाठी गोंधळ घालतात तेव्हा असे वाटते की; बरे झाले, त्यांना गुरुजी म्हटलेले आवडत नाही...! ते केवळ पगारी शिक्षक आहेत. त्यांना सर म्हटलेलेच बरे..!!! सानेगुरुजींचे ह्दय मातेचे होते. कोमल होते. त्यांना अनिष्ट रूढी, प्रथा, परंपरा यांच्याबाबत समाजाचा कळवळा होता. समाजाविषयी त्यांना तळमळ वाटे. समाजाचा उद्धार व्हावा आणि प्रत्येक पुत्र हा आदर्श पुत्र व्हावा, प्रत्येक विद्यार्थी हा आदर्श विद्यार्थी व्हावा अशी त्यांची तळमळ होती."पत्री"

नावाच्या कविता संग्रहातून त्यांची ही तळमळ स्पष्ट दिसून येते. ते केवळ शिक्षकच नव्हे; तर उत्कृष्ट कवी सुद्धा होते. आचार्य विनोबा भावे यांची गीतेची प्रवचने त्यांनी तुरुंगामध्ये असताना लिहून काढली.नाशिकच्या काळाराम मंदिरात सत्याग्रह केला. त्यांच्या महान कार्यामुळेच आचार्य अत्रे यांना श्यामची आई हा अजरामर चित्रपट निर्माण करावासा वाटला.त्यांना प्रेरणा मिळाली आणि या चित्रपटाने पहिलेवहिले भारतातले सर्वोत्कृष्ट चित्रपटाचे सुवर्णकमळ मिळवले..!! सत्य आणि अहिंसेच्या मार्गावर कायम सानेगुरुजी चालतच राहिले. अनेक वाईट गोष्टी, अत्याचार, वाईट विचार यामुळे त्यांच्या मनाला खूप वेदना होत. कारण ते प्रगल्भ विचारवंत आणि अत्यंत संवेदनशील व्यक्ती होते. आजच्या शिक्षण प्रणालीत शिक्षकांनी कसे असावे याचे आदर्श आणि मूर्तिमंत उदाहरण म्हणजे सानेगुरुजी होते. गुरुजी शब्द जरी उच्चारला तरी पटकन "सानेगुरुजी"हेच शब्द आठवावेत इतकी त्यांची मूर्ती, कर्तुत्व आणि विचार भारताच्या समाज मनात कोरले गेले आहेत. महान साहित्यिक असलेल्या साने गुरुजी यांच्या पुस्तकांची लोकप्रियता आजही टिकून आहे. आदर्शवादी शिक्षण तसेच मनोरंजक पद्धतीने जीवनाची सुंदर तत्वे सांगणारी ही साहित्यसंपदा आहे. "करील मनोरंजन जो मुलांचे, जडेल नाते प्रभूशी तयाचे", असे त्यांनी सार्थपणे म्हटले आहे... या वाक्यातून त्यांचे विचार मनावर ठसतात. साने गुरुजी यांची त्यांच्या आईवर अतोनात प्रेम होते. त्यांच्या आईने त्यांच्यावर; सर्वांवर प्रेम करावे, असा मूलभूत संस्कार अत्यंत प्रेमाने आणि प्रभावीपणे केला. म्हणूनच साने गुरुजी म्हणतात, "खरा तो एकची धर्म, जगाला प्रेम अर्पावे "..साने गुरुजींचे मन हे संस्कारक्षम आणि संवेदनशील होते. आईच्या

संस्कारातूनच त्यांच्या जीवनाचा विकास झाला. आईवर किती अतोनात प्रेम करावे; याचे आदर्श उदाहरण जर मुलांना हवे असेल तर ते साने गुरुजी यांच्या सारखे सापडणार नाही..!!! सानेगुरुजी अतिशय भावनाप्रधान होते. त्यांच्या ह्रदयात आईने सद्भावना पेरल्या. लेख, निबंध, कविता, कादंबरी, नाट्य संवाद, चरित्र अशा विविध साहित्य क्षेत्रात साने गुरुजींनी खूप महत्त्वाचे आणि दर्जेदार लेखन केले आहे. त्यांची लेखणी अविरत चालत होती. सानेगुरुजी अत्यंत प्रेमळ रुदयाचे आणि मृदू स्वभावाचे संवेदनशील व्यक्ती होते. त्यांच्या भाषेमध्ये गोडवा आहे; तसाच बोध सुद्धा आहे !स्नेह, प्रेम, समाजाविषयी कळकळ, मानवतावाद इत्यादी मानवी मूल्यांची पखरण त्यांच्या भाषेत ठायीठायी जाणवते..!!! त्यांची साधी भाषाच लोकांना आवडली. शिक्षण हा त्यांचा मनातील जणू देव्हारा होता... त्यासंबंधीचे विचार, ज्या भावना त्यांच्या मनात उचंबळून आल्या, त्या सर्व लेखणीद्वारे त्यांनी प्रकट केल्या. जगाला प्रेम अर्पावे, अशी त्यांनी कळकळीने विनंती संपूर्ण जगाला केली आहे.. जातिभेद, धर्मभेद मानु नये, दुसऱ्यांवर प्रेम करावे हाच खरा धर्म होय; राजकीय, सामाजिक आणि शैक्षणिक विषयासंबंधी त्यांनी अत्यंत प्रभावीपणे लेखन केले. म्हणूनच चतुरस्त्र व्यक्तिमत्व असलेल्या साने गुरुजी यांच्यासारख्या शिक्षकांची आज नितांत गरज आहे. अर्थात चालू परिस्थितीत एकविसाव्या शतकात उत्कृष्ट शिक्षक नाहीत; असे नाही.. परंतु त्यांना समाज, पालक आणि विद्यार्थी यांनी व्यवस्थित साथ द्यायला हवी. सर्व राज्यांमध्ये एकोपा असावा. सगळ्या राज्याची संस्कृती सगळ्या राज्यांना समजावी; अशी साने गुरुजींना तळमळ होती.म्हणून त्यांनी "आंतरभारती" ची स्थापना

केली. यातून त्यांची उत्कट तळमळ दिसून येते. "भारतीय संस्कृती" नावाचे महत्त्वाचे पुस्तक त्यांनी लिहिले. प्रांतीयता हा भारतीय एकात्मतेमध्ये अडसर ठरू शकतो, हे त्यांनी जाणले होते. सर्व प्रांतांमध्ये बंधुभावाचे वारे वहावे, सर्वांनी एकमेकाच्या भावाप्रमाणे राहावे असे त्यांना वाटायचे. सर्व प्रांतातील भाषा सर्वांना बोलता याव्यात, अशी त्यांची तळमळ होती. त्यामुळे त्यासाठी त्यांनी काही निधीही गोळा केला होता. रवींद्रनाथ टागोर यांच्या "शांतिनिकेतन"

चे उदाहरण त्यांच्यासमोर होते. म्हणून ही त्यांची सर्व धडपड होती. साने गुरुजींच्या व्यक्तिमत्त्वामध्ये राजकारण, समाजकारण आणि शिक्षण अशा सर्वच क्षेत्रांचा सुंदर मिलाफ झाला होता. परंतु महत्त्वाची बाब ही की या सर्व क्षेत्रातील कठोरपणा त्यांच्या मनात नव्हता..! प्रेम, आपुलकी, माणुसकी या मूलभूत सद्गुणांच्या भोवतीच त्यांचे विचार फिरत राहिले. त्यांच्या प्रत्येक साहित्यातून हे दिसून येते. त्यांच्

❧❦❧

मी कुत्र्याला माणूस म्हणालो, ...आणि त्याला राग आला !

मनातली समानता अधोरेखित करण्याचा बडेजाव आणत मी, कुत्र्याला: माणूस म्हणालो. .त्याला आनंद वाटेल म्हणून...

...मात्र भयानक प्रकार घडला ..त्याला राग आला ..भुंकत मला म्हणाला, "वेड्या, मला माणूस म्हणू नकोस! आमची जमात अजून इतकी घसरलेली नाही!!

कपडालत्ता घालत नसलो..
म्हणून काय झालं...
आम्ही इज्जत सोडलेली नाही!
पांढरेशुभ्र कपड्यातले बोके,
तुमच्या जमातीत आहेत ना ...
आम्ही तसे नाही..

म्हणूनच कपडे, सोनसाखळ्या हा तुमचा पोकळ धंदा आहे..!

..तुमची आता ती संस्कृती राहिलेली नाही...!!

अरे बापरे.. कुत्र्याचा मला राग आला.. किती बोलतोय
म्हणजेच किती भूंकतोय...
आहे का डिग्री तुझ्याकडे?
मी त्याला हलकट आणि कुत्सित हसत विचारले..

कुत्रा म्हणाला, " बरं झालं नाही शिकलो! नाही तर हुंडा मागितला असता.."

बरं झालं नाही शिकलो..
नाहीतर: इस्टेट जमा करत, मानसिक शांतता हरवून बसलो असतो..

बरं झालं नाही शिकलो.. नाही तर इंच जमिनीवरून कोर्टात आयुष्य घालवलं असतं... भावाला, बापाला कोर्टात खेचलं असतं..!

माझा पारा चढत होता.
"शेपूट हलवत किती आगाऊ बोलतोय.."
आहेत   का   तुझ्याकडे कारखाने?
आहेत का तुझ्याकडे सुंदर घरं ?
मी मिजास दाखवत विचारलं..

बरं झालं कारखाने नाहीत आमच्याकडे...   नाही   तर प्रदूषणाची आग अख्ख्या दुनियेत विकली असती.

..आणि कामगारांचं रक्त शोषून गब्बर झालो असतो..

बर   झालं,   "आमच्याकडे सिमेंटची घरं नाहीत ..नाहीतर मातीचा   सत्यानाश   केला असता..!"

माझ्या बुद्धीचा गर्व जागा झाला "कशाचा शोध लावला...?"
त्याला मस्तीत विचारले,

तो म्हणाला.. बरोबर आहे बाबा.. तू दारूचा शोध लावला आणि संसार उध्वस्त झाले.
...सगळे धाबे गजबजले!
तू अणूबॉम्बचा शोध लावलास आणि बॉम्बस्फोट करून शहरंच्या शहरं उध्वस्त झाली..
..ड्रग्स, हेरोइन, चरस, गांजा, मटकाआणि गँगवारचा चटका.. सगळे भारी भारी शोध तुझेच की!

कुत्रा म्हणाला, "फिरतो मी: बिन कपड्याचं.."
..पण तुम्ही उपेक्षित, वंचितांना मनाने केले वस्त्रहीन आणि करताय भरदिवसा अत्याचार...!

ते कुत्र्याचे पिल्लू आवाज चढवून म्हणालं," म्हणूनच आम्ही चुकतो तेव्हा ,माझी आई म्हणते: माणसासारखा कशाला वागतोस ?

जरा कुत्र्यासारखा वाग ..प्रामाणिक हो!

कुत्र्याच्या पिल्लाचं

सगळं ऐकून घेतलं आणि तसंच अर्धवट सोडून मी घाईत परत फिरलो..

कारण कमी मार्क पडलेल्या माझ्या पोराला..

पैसे भरून ॲडमिशन घ्यायची

होती आणि आज शेवटची डेट होती..!

दादा कोंडके त्यांच्या लाडक्या वाघ्या कुत्र्याला म्हणाले होते," चल रे वाघ्या रडू नको,पाया कुणाच्या पडू नको"

रात्री: मला माझ्या सिमेंटच्या सुंदर घरात झोप येत नव्हती आणि लांबून जोरजोरात रडण्याचा आवाज येत होता...

बहुतेक, अजूनही वाघ्या रडत असावा !

❧❦❧